தாருகன் பேருரம் கிழித்த பெண்ணும் அல்லள்

அ.கா. பெருமாள்

நியூ செஞ்சுரி புக் ஹவுஸ் (பி) லிட்.,
41-பி, சிட்கோ இண்டஸ்டிரியல் எஸ்டேட்,
அம்பத்தூர், சென்னை- 600 050.
☎: 044 - 26251968, 26258410, 48601884

Language: Tamil

Dharugan Peruram Kizhiththa Pennum Allal

Author: **A.K. Perumal**

First Edition: December, 2021

Copyright: Publisher

No. of Pages: 126

Publisher:

New Century Book House Pvt. Ltd.,

41-B, SIDCO Industrial Estate,

Ambattur, Chennai - 600 050.

Tamilnadu State, India.

email: info@ncbh.in

Online: www.ncbhpublisher.in

ISBN: 978 - 81 - 2344 - 169 - 6

Code No. A 4522

₹ 130/-

Branches

Ambattur (H.O.) 044 - 26359906 **Spenzer Plaza (Chennai)** 044-28490027 **Trichy** 0431-2700885 **Pudukkottai** 04322- 227773 **Thanjavur** 04362-231371 **Tirunelveli** 0462-4210990, 2323990 **Madurai** 0452 2344106, 4374106 **Dindigul** 0451-2432172 **Coimbatore** 0422-2380554 **Erode** 0424-2256667 **Salem** 0427-2450817 **Hosur** 04344-245726 **Krishnagiri** 0434-3234387 **Ooty** 0423 2441743 **Vellore** 0416-2234495 **Villupuram** 04146-227800 **Pondicherry** 0413-2280101 **Nagercoil** 04652-234990

தாருகன் பேருரம் கிழித்த பெண்ணும் அல்லள்

ஆசிரியர் : **அ.கா. பெருமாள்**

முதல் பதிப்பு : டிசம்பர், 2021

அச்சிட்டோர்: **பாவை பிரிண்டர்ஸ் (பி) லிட்.,**

16 (142), ஜானி ஜான் கான் சாலை, இராயப்பேட்டை, சென்னை - 14

☎: 044-28482441

All rights reserved. No part of this book may be reprinted or reproduced or utilised in any form or by any electronic, mechanical, or other means, now known or hereafter invented, including photocopying and recording, or in any information storage or retrieval system, without permission in writing from the publishers.

முகவுரை

இந்த நூலில் வரும் கட்டுரைகளில் பெரும்பாலானவை 'உங்கள் நூலகம்' மாத இதழில் வந்தவை. பிற 'காக்கைச் சிறகினிலே' மாத இதழிலும், 'இந்து தமிழ்' நாளிதழிலும் வந்தவை. ஒரு கட்டுரை நண்பர் பேரா. கலையரசின் - தொகுப்பில் வந்தது.

வேறு வேறு சூழலிலும் கேட்டுக் கொண்டதன் காரணத்திற்காகவும் எழுதப்பட்ட இந்தக் கட்டுரைகள் எல்லாமே அலைந்து சேகரித்த செய்திகளின் அடிப்படையில் எழுதப்பட்டவை. இவை எல்லாவற்றின் பொதுத்தன்மையே அதுதான்.

'நதியின் பிழையன்று' என்ற கட்டுரைக்குச் செய்தி சேகரிக்க பழையாற்றின் போக்கின் வழி 38 கி.மீ பயணித்தேன். ஏற்கெனவே பலமுறை பார்த்திருந்தாலும் சமகால மாற்றத்தை அறிய இந்தப் பயணம்.

கேரளக்கூத்தில் கம்பன் பற்றிய செய்திகளைச் சேகரித்த பல வருஷங்கள் கழித்துத்தான் எழுதியிருக்கிறேன், இதற்கு மேலும் சில செய்திகளைக் கேட்டுத் தெரிந்து கொண்டேன்.

ஞான சவுந்தரி கட்டுரைக்காக மறுபடியும் தோல்பாவை நிகழ்ச்சியை சிரமப்பட்டு பார்த்தேன். இப்படியான சிரமம் வேறு கட்டுரைகள் எழுதிய போதும் பட்டேன்.

நாட்டார் வழக்காறுகள் வழி பண்பாட்டு வரலாற்றை உருவாக்க வேண்டும் என்ற என் கருத்தை என் பிற நூல்களிலும் கூறியிருக்கிறேன், அதன் தொடர்ச்சி இது.

ஒரு வகையில் இந்நூலின் பொதுவான தன்மையே புத்தகங்களுக்கு அப்பால் உள்ள செய்திகளைச் சேகரித்து எழுதியது என்பதுதான். இதனால் கிடைத்த அனுபவங்களையும் புத்தகப் படிப்பின் பலனாகவே எடுத்துக் கொண்டேன்.

இந்தக் கட்டுரைகளை வெளியிட்ட 'உங்கள் நூலகம்' சண்முகம் சரவணன், 'காக்கைச் சிறகினிலே' முத்தையா, 'தமிழ் இந்து' அசோகன் ஆகியோருக்கு என் அன்பும் நன்றியும்.

களஆய்வில் எப்போதும் எனக்கு உதவுபவர்கள் டாக்டர் தெ.வே.ஜெகதீசன், (தலைவர், தமிழ்த்துறை இந்துக் கல்லூரி, நாகர்கோவில்), கல்வெட்டியல் அறிஞர் செந்தீ நடராசன் ஆகியோர்,

என் சந்தேகங்களுக்கு விரிவாகவே பதில் சொல்லிக்கொண்டிருக்கும் முதுபெரும் பேரறிஞர் ஆ. சிவசுப்பிரமணியன்,

இவர்கள் எல்லோருக்கும் என் அன்பும் வணக்கமும்.

அ.கா. பெருமாள்

5

உள்ளுறை

1. தாருகன் பேருரம் கிழித்த பெண்ணும் அல்லள் 7

2. கேரளக் கூத்தில் கம்பனின் அயோத்தியா காண்டம் 13

3. கேரளத்தில் புகழேந்தி 18

4. பிளேக், குளஉடைப்பு பற்றி சிந்து பாடிய கம்பம் கவிஞன் 29

5. சீதளா அம்மனும் கொரானா தேவியும் 36

6. தேவதாசிகள் நடத்திய சாரங்கதாரா நாடகம் 42

7. ஞானசவுந்தரி கதை - அம்மானை திரைப்படம் தோல்பாவைக் கூத்து, நாடகம் 49

8. மயில்ராவணன் 61

9. நாட்டார் தெய்வங்களின் சாதிய உடன்பாடுகள் 71

10. இந்திரன்: ஆதிகாலக் கடவுள் 80

11. இரண்டு மலையாள இலக்கண நூற்கள் 91

12. திண்ணையில் பாடமெடுத்த அண்ணாவிகள் 95

13. சைவசித்தாந்த நூற்பதிப்புக் கழகம் (1920 - 2020) 102

14. கோட்டையில் அடைபட்டவர்கள் 107

15. நதியின் பிழையன்று 118

1. தாருகன் பேரூரம் கிழித்த பெண்ணும் அல்லள்

கேரள நாட்டார் வழக்காற்றியல் ஆய்வாளர்கள் தாருகன் கதையை கேரள மண்ணுக்கே உரிய தொன்மமாகக் கொள்ளுகின்றனர். மார்க்கண்டேய புராணத்தில் வரும் இந்தக் கதை கேரளக்கலைகள், சடங்குகள், வழிபாட்டு முறைகள் என எல்லாவற்றிலும் எதோ ஒரு வகையில் ஆதிக்கம் செலுத்துகிறது.

தாருகன் கதையின் பல்வேறு வடிவங்களும் கூறுகளும் கேரள வழிபாட்டு மரபில் தொன்மமாக உருப்பெற்று கலந்திருக்கிறது. இக்கதை தமிழ்ப் பரப்பிலும் மரபிலும் புகுந்த காலத்திலேயே கேரளத்திலும் பரவியிருக்க வேண்டும். கேரள வைதீகத்துடன் இக்கதை தீவிரமாய் இணைக்கப்பட்டது பிற்காலத்தில் என்ற கருத்து உண்டு.

தாருகன் கதை எனப்படும் பொதுவான கதை பின்வருமாறு:

தாருமதியின் மகன் தாருகன். மனைவி மனோகரி. இவன் பிரம்மாவிடம் பெரும் வரம் பெற்றவன். தேவர்களைத் துன்புறுத்தினான். நாரதர் சிவனிடம் முறையிட்டார். சிவன் தாருகனைக் கொல்ல சப்தகன்னியரை அனுப்பினான். அவர்கள் தாருகனிடம் தோற்றனர். சிவன் கோபத்தால் கண்களைத் திறந்தான். அவனது கழுத்து விஷம் கண்கள் வழி வெளிப்பட்டது. அதிலிருந்து கரியதேவி பிறந்தாள்.

பத்திரகாளி என்னும் அந்த பயங்கரிக்கு ஆயுதங்கள் கொடுத்தான் சிவன்; வேதாளை என்னும் வாகனத்தைக் கொடுத்தான். காளி தாருகனுடன் போரிட்டாள். அவனது ரத்தத்திலிருந்து புதிய தாருகன் முளைத்தான். காளி தன் உடலிலிருந்து கொடிய மிருகம் ஒன்றைப் பிறப்பித்தாள். அது தாருகனின் ரத்தத்தை நக்கிக் குடித்து விட்டது.

காளி தன் உருவத்தைக் கோரமாகக் காட்டினாள். அவனைப் பிடித்து மடியில் கிடத்தினாள். அவன் தலைகளைக் கிள்ளினாள், அவன் முக்தி அடைந்தான்.

கேரள வாய்மொழி மரபிலும் தோற்றம் பாட்டுகளிலும் கண்ணகி தொடர்பான வழக்காறுகள் உள்ளன. இவற்றில் தாருகன் பாண்டியன் ஒப்பீடு தொன்மமாக உள்ளது. ஒரு வகையில் இது திரிபுகளுடன் கூடிய சிலப்பதிகாரக் கதையின் பாதிப்புள்ள தாருகன் கதை; பாண்டியன்

பற்றிய செய்திகளும் அப்படியே, பாண்டியனிடம் உள்ள வெறுப்பு தாருகனுடன் இணைத்துக் காட்டப்பட்டுள்ளது.

தமிழகத்தில் தாருகன் கதை நாட்டார் பெண் தெய்வங்களுடன் குறிப்பாகத் தென் தமிழகக் கோவில்களுடன் தொடர்புடையதாக உள்ளது. பெண் தெய்வங்களில் சில தாருகனை வதைத்தவர்களாகப் புனையப்பட்டுள்ளன. முத்தாரம்மன், முத்தாலம்மன், சந்தனமாரி எனச் சில உதாரணங்கள். குலசேகரப்பட்டிணம் முத்தாரம்மன் கோவில் விழாவில் அம்மன் தாருகனை - வதைத்த நிகழ்ச்சி நாடகத்தன்மையுடன் நிகழ்கிறது. கேரளத்தில் தாருகனுடன் கண்ணகியைத் தொடர்பு படுத்துவது போல தமிழகத்தில் இல்லை.

தாருகன் கதை அல்லது பத்திரகாளி விஜயம் என்ற கதை கேரள நிகழ்த்து கலைகள் பலவற்றின் பாடுபொருளாகவும் தொன்மமாகவும் உள்ளது. நீண்டு கிடக்கும் கேரளத்தின் தாய்த்தெய்வ வழிபாட்டின் அம்சங்களில் தாருகன்கதை முக்கியமானது. கேரளக் காவுகளின் வரலாற்றிலிருந்து கூட தாருகன் கதையை அப்புறப்படுத்த முடியவில்லை. (G. Sankara Pillai 1986 P 32)

வட கேரளத்தில் உள்ள தெய்யம், தோற்றப்பாட்டு முடியேற்று மத்திய கேரளத்தில் உள்ள பதாயினி, காளியூட்டு, தென்கேரளத்தில் உள்ள முடிப்புரை, களமெழுத்தும் பாட்டும் போன்ற கலை நிகழ்வு களிலும் சடங்குகளிலும் தாருகன் கதையின் பாதிப்பு உண்டு. கேரள கிராமத்துக் கோவில்களின் வழிபாட்டுக் கூறுகளிலும் விழாச் சடங்கு களிலும் இந்தத் தொன்மம் ஏதோ ஒருவகையில் கலந்துள்ளது.

கேரளத் தாருகன் கதை வைதீகச் சார்புடையதாகவே அடையாளம் காணப்பட்டாலும் நாட்டார் தெய்வ விழாச் சடங்குகளிலும் நிகழ்த்து கலைகளிலும் நாடகியப்படுத்தப்பட்டு வெளிப்படுத்தப்படுகிறது. மேலும் கேரளப் பழங்குடிகளுடனும் இத்தொன்மம் தொடர்புடையது, கொடுங்கல்லூர் புலையர் சாதியினர் வாழும் இடங்களை அடுத்த வயல் வெளிகளில் தாருகனை வென்றபின் காளி குடியிருந்தாள் என்று ஒரு கதை இப்போதும் வழங்குகிறது.

கேரளக் காட்டுமன்னான் சாதியினரிடம் அவர்கள் தாருகனின் வம்சாவளியினர் என்ற கதையுண்டு. இந்தச் சாதியினரிடம் தாருகன் மரியாதையுடன் நினைக்கப்படுகிறான். இவன் இவர்களின் தலைவனாக இவர்களுக்காகப் போர் செய்தவனாகப் பேசப்படும் தொன்மக்கதைகள் தொகுக்கப்பட்டுள்ளன. பழம் தமிழ் அரசர்களுக்கும் பழங்குடி மக்களின் அரசனுக்கும் நிகழ்ந்த போரே தாருகன் கதையாகவும்

இருக்கலாம். தோற்றம் பாட்டில் தாருகன் கேரள மண்ணின் மைந்தன் என்ற தொனி இழையோடுகிறது. *(கி. ராஜசேகரன் நாயர் 1948 ப 12, 19)*

திருவிதாங்கூரில் காளி அல்லது பத்திரகாளி கோவில் விழாக்களில் களம் எழுத்தும் பாட்டும் என்ற நாட்டார் கலை நடக்கிறது. ஒரு வகையில் இது வழிபாட்டுச் சடங்கும்கூட இந்த நிகழ்வில் தாருகன் கதை பாடப்படுகிறது. களமெழுத்தும் பாட்டும் என்னும் கலைக்குரிய ஓவியம் வரைந்து முடிந்ததும் தோடயம் (வாழ்த்து) பாடுவர். இதில் கணபதி முதலாக பலவகைத் தெய்வங்களும் வாழ்த்தப்படும். இந்த வாழ்த்தில் நாட்டார் தன்மை உண்டு.

தோடயம் பாடி முடிந்ததும் தாருகன் வதையைப் பாடுவர். இதற்குப் பின்னணியாக நந்துன்னி என்னும் கருவியை இசைப்பர். கூடவே திமிலை, வீக்கு செண்டை இலைத்தாளம், சேங்கிலை, சங்கு திமிலை, சேகண்டி, முழவு ஆகிய பஞ்சவாத்தியங்கள் இசைக்கப்படும். தாருகனைப் பற்றிய பாடல் வரிகள் ஒரே ஓசையுடனே இருக்கும். இது தமிழும் மலையாளமும் கலந்து வருவது. இந்தப் பாடலில் தாருகன் பூர்வீகக் குடிகளுக்குரிய கடவுள் என்னும் தொனி இழையோடுகிறது. நான் தாருகன்வதை முழுப்பாடலையும் இடக்கோடு மாதவன் பிள்ளையிடமிருந்து பதிவு செய்தேன்.

வட மலபாரில் சில இடங்களில் பகவதி அல்லது துர்க்கைக் கோயிலில் நாககாளி, கண்டகர்ணன், மாரியம்மன் என சில துணைத் தெய்வங்கள் உள்ளன. இங்கும் தோற்றப்பாட்டு பாடப்படுகிறது. இது தென்கேரளத் தோற்றப்பாட்டிலிருந்து வேறுபட்டது. காளியின் கோபத்தைத் தீர்க்கவே தாருகன் வதை செய்யப்படுகிறான் என்ற செய்தி வடகேரளத் தோற்றப்பாட்டில் வருகிறது. அதோடு சிலப்பதிகாரக் கதையின் ஒரு பகுதியும் தோற்றப்பாட்டில் வருகிறது. *(இராமச்சந்திரன் 2012 ப 35)*

தாருகன் சிவனிடம் தவமிருந்து வரங்கள் பெறுகிறான், பின்னர் சிவனின் மேல் முத்தை எறிந்தான். அதனால் கண்ட கர்ணன் பிறக்கிறான். அவன் நெற்றிக்கண்ணைத் திறக்கிறான் அதில் பத்திரகாளி பிறக்கிறாள். இவள் தாருகனை அழிக்கிறாள். இந்தப் பொதுவான கதையில் வட்டார ரீதியான மாறுபாடு உண்டு. இந்த மாற்றம் எப்போது ஏற்பட்டது என்று தெரியவில்லை.

தாருகன் கதையுடன் தொடர்புடைய வட்டார ரீதியான தொன்மத்துடன் சிலப்பதிகாரக் கதையை இணைக்கும் முயற்சி - இயல்பாக நடந்த நிகழ்ச்சி எப்போது - நடந்தது என்று தெரியவில்லை. மொத்தத்தில் பார்த்தால் தாருகன் கதையில் மூன்று கூறுகள் உள்ளன.

1. ஏற்கெனவே இருந்த பழங்குடியினர்க்குரிய வடிவம்
2. வைதீகத் தொடர்பால் ஏற்பட்ட மாற்று வடிவம்
3. சிலப்பதிகாரக் கதை இணைக்கப்பட்ட வடிவம் ஆகியன.

இளங்கோவடிகள் காலத்தில் தாருகன் கதை வழக்கில் இருந்தது. கண்ணகி நீதி கேட்க பாண்டியனைச் சந்திக்கப் போகிறாள். காவலன்- கண்ணகியின் வரவைப் பாண்டியனிடம் அறிவிக்கும் போது

அடர்த்தெழு குருதி அடங்காப் பசுந்துணிப்
பிடர்த்தலை பீடம் ஏறிய மடக்கொடி
வெற்றிவேல் தடக்கை கொற்றவை அல்லள்
அறுவர்க்கு இளைய நங்கை இறைவனை
ஆடல்கண் டருளிய அணங்கு சூருடைக்
கானகம் உகந்த காளி, **தாருகன்**
பேருரம் கிழித்த பெண்ணும் அல்லள்
செற்றனள் போலும் செயிர்த்தனள் போலும்
பொற்றொழிற் சிலம்பொன்று ஏந்திய கையள்
கணவனை இழந்தாள் கடையகத் தாளே

என்கிறான் (வழக்குரைகாதை 33 - 34)

இங்குக் கண்ணகி அடர்த்து எழும் குருதிக்கறை நீங்காத பசுமையான முண்டமான பிடர்த்தலை ஏறியிருந்த இளங்கொடியாகிய வெற்றிவேலைக் கொண்டிருக்கும் கொற்றவை சப்தகன்னியர் ஏழு பேரில் இளையவனான பிடாரி; இறைவனை நடனமாடக் கண்டு அருளிய பத்ரகாளி; காண்பவர் அஞ்சும்படி இருக்கும் காளி; தாருகனின் அகன்ற மார்பைப் பிளந்த பெண் ஆகியோரைப் போல் இல்லை.

இப்பகுதியில் தாருகனின் - மார்பைப் பிளந்த கொற்றவை எனப் பெருமழைப்புலவர் பொருள் கொள்ளுகிறார். (வஞ்சிக்காண்டம் 1975 ப 264) வாயிற்காவலன் கண்ணகிக்கு உவமையாகக் கூறி அல்லள் எனக் குறிப்பிடும் பெயர்கள், கேரளக் கண்ணகி தொடர்பான வழக்காறு களில் பல்வேறு வடிவங்களில் நுழைந்திருக்கின்றன.

தென் கேரள களமெழுத்தும் பாட்டும் கலை நிகழ்வில் பாடப்படும் தாருகன்வதைக் கதையில் தட்சனின் மகள் தாட்சாயணி விரிவாக வருணிக்கப்படுகிறாள். ஒரு இடத்தில் தாட்சாயணியைக் கண்ணகி என்று சூட்சகமாகக் குறிப்பதைக் கேட்கலாம்.

இந்த வர்ணனையைச் சற்று ஆழமாகப் பார்ப்போம். காளி பாண்டியனின் மகள். தாட்சாயணி தட்சனின் மகள். காளி (கண்ணகி) கோவலனை மணக்கிறாள். தாட்சாயணி சிவனை மணக்கிறாள்.

கண்ணகி தன் தந்தை பாண்டியனைக் கொல்லுகிறாள். அல்லது இறப்பிற்குக் காரணமாகிறாள். இப்படியாகக் கண்ணகி காளியின் நிலைக்கு உயர்த்தப்படுகிறாள்.

வடகேரளத் தோற்றம் பாட்டில் தாருகன் கதையும் கண்ணகி கதையும் ஒப்பிடப்படுகிறது. தாருகனைப் பாண்டியனாகவும் கண்ணகியைக் காளியாகவும் கூறும் மரபு உள்ளது. காளி தாருகனின் தலையைச் சிவனிடம் கொடுக்கிறாள். கண்ணகி பாண்டியன் தலை தரையில் விழக் காரணமாகிறாள்; உடனேயே - பாண்டியன் தலையுடன் கைலாயம் செல்லுகிறாள். அங்கே இருக்கும் தாருகனின் தலையருகே பாண்டியன் தலையை வைக்கிறாள். இது இந்தக் கதை களின் சாராம்சம். ஸ்ரீ குறும்பாப் பாடல் பாண்டியனைத் தாருகனின் உறவினன் எனக் கூறும்.

தமிழகத்தில் கர்நாடக, ஆந்திர மாநிலங்களின் தாக்கம் ஆரம்ப காலத்திலேயே இருந்தது. கலை, பண்பாட்டு ரீதியான இவற்றின் தாக்கம் இருப்பதை தமிழகத்தில் இன்றும் இருப்பதைக் காணலாம். கேரளத்தின் நிலைவேறு. பண்டைத் தமிழகத்தின் ஒரு பகுதியாக இருந்தது; மொழி பண்பாடு எனப் பிரிந்தாலும் கேரளத்தில் இன்றும் பழைய எச்சத்தைத் தேடமுடியும்.

மொத்தக் கேரள வழிபாட்டில் தாய்த்தெய்வ வழிபாடு முனைப்புடன் நிற்கிறது (Achutha Menon 1943 p 26). ஒருமுறை காளி சிவனிடம் நான் பூதஉலகில் குடி ஏற வேண்டிய இடம் எது என்று கேட்டபோது சிவன் மலைநாடு என்றானாம். இது ஒரு வழக்காறு. தென்கேரளத் தாருகன் கதையில் இச்செய்தி உள்ளது. இந்தப் பண்பாடு கண்ணகி வழிபாட்டை இங்கு இணைக்க ஏதுவாயிற்று.

கேரளத் தாய்த்தெய்வங்களின் மொத்தச் செய்திகளில் பழம் தமிழகத்தின் கொற்றவை வியாபித்து இருக்கின்றாள். சங்ககாலக் கொற்றவை கேரளத்தில் பரவலாக வழிபாடு பெற்ற காலத்திலேயே கண்ணகி வழிபாடு அறிமுகமாகிவிட்டது. கொற்றவையும் கண்ணகியும் இணைவதற்குரிய சூழ்நிலை இருந்தது. தொன்மங்களும் இருந்தன. வைதீகத்தின் ஊடுருவலுக்குப் பின் கண்ணகியின் வடிவம் மாற்றம் அடைந்தது.

கேரளத்தில் கண்ணகி கொற்றவையுடன் இணைந்த காலத்தில் சிலப்பதிகார மூலக்கதை பல்வேறு திரிபுகளுடன் வட்டார ரீதியாக மாற ஆரம்பித்தது, 15ஆம் நூற்றாண்டிற்கு - முன்னரே இது நடந்திருக்கலாம். கேரளத்தில் வைதீக ஆதிக்கம் தீவிரமான பின் சிலப்பதிகாரக் கதையின் பல பகுதிகள் வட்டார ரீதியான - வடிவங்களுடன் மாற்றம் அடைந்தன. இக்காலத்தில் கண்ணகி

வழிபாட்டுடன் மழை வேண்டுதல், பஞ்சம், வெப்பு நோய், பரவுதலைத் தடுத்தல், போன்றவற்றுடன் இணைக்கப்பட்ட நம்பிக்கை ஆழமாக இருந்தன.

கேரளக் குறவர்களே கண்ணகியை முதலில் மலை மேல் கண்டனர். அவர்களே கண்ணகியை முதலில் வழிபட்டனர். ஆரம்பத்தில் கண்ணகிக்கு உயிர்ப்பலி கொடுத்தனர். தமிழகத்தில் கூட சென்னை திருவெற்றியூர் கோவிலில் (வட்ட புரியம்மன்) உயிர்ப்பலி நடந்திருக்கிறது.

கேரளத்தில் இப்போது வழிபாடு பெறும் பகவதி கோவில்களில் பல கண்ணகி கோவில்களாக இருந்தவை- கொடுங்கல்லூர் தோற்றப் பாட்டும் நல்லம்மை தோற்றப்பாட்டும் ஏறத்தாழ கண்ணகி கதையின் பின்னணியில் அமைந்தவை என்று கூறலாம்.

பாண்டியனிடம் நீதி கேட்கச் செல்லும் வெறிகொண்ட கண்ணகியின் வடிவத்தை, கேரளக் கண்ணகி கோவில்களின் வெளிச்சப்பாட்டிடம் (சாமியாடி) காண முடியும். ஒற்றைச் சிலம்பைக் கையிலேந்தி தலைமயிரை விரித்துப் போட்டுக் கொண்டு உடம்பில் ரத்தம் வழிய அருள்வாக்கு கூறுவது பழையதன் பிரதிபலிப்பே.

ஆரம்பகாலச் சேரர்கள் கண்ணகிக்காக நட்ட மா சதிக்கல் இன்றும் மறையவில்லை. கேரளத்து ஸ்ரீ குறும்பா, பத்ரகாளி, நல்லம்மா மணிமங்கா, மாரியம்மன் போன்ற பெண் தெய்வங்களைத் தொழுவதற் காகப் பாடப்பட்ட பாடல்களில் கண்ணகி புராணம் கலந்துள்ளது என்கிறார் கே.கே.என் குரூப் (இராமச்சந்திரன் ப.ஆ. 2011. ப. 28).

மலபார் வரலாற்றை எழுதிய லோகனும் பழம் கொற்றவையே காளி அல்லது துர்க்கை என்பதில் சந்தேகமில்லை; இவற்றில் கண்ணகி வழிபாட்டின் சாயல் உண்டு. வட கேரளத்துச் சீர்மக்காவு கோவில்கள் கண்ணகிக்கே உரியவை" என்கிறார். (Molaboar - Manual Vol P. 162)

மேற்கோள் நூல்கள்

இராமச்சந்திரன் நா (2011) பொத்தான் தெய்வம், என்சிபிஎச் சென்னை

Achutha Menon 1943 Kali worship in kerala vol 1 Madras

Sankara Pillai G. (1986) The Theatre of the Earth in never dead Traditional and Professional School of Drama university of Calicut, Calicut.

சோமசுந்தரனார் (1977) சிலப்பதிகாரம் சைவ சித்தாந்த நூற்பதிப்புக் கழகம், திருநெல்வேலி.

2. கேரளக் கூத்தில் கம்பனின் அயோத்தியா காண்டம்

திண்டுக்கல் காந்திகிராம் பல்கலைக்கழகத்தின் நிறுவனரும், ரவீந்திரநாத் தாகூரின் மாணவரும், சுதந்திரப் போராட்டத் தியாகியுமான ஜீ. ராமச்சந்திரனை (1904 - 1995) பார்க்க எழுத்தாளர் சுந்தர ராமசாமியுடன் (1981) நானும் போனேன். அப்போது ஜீ.ஆர். திருவனந்தபுரம் அருகிலுள்ள பூவாறு என்னும் இடத்தில் நடந்த மலையாளக் கவிதைப்பட்டறைக் கூட்டத்தில் இருந்தார். அங்கேதான் கேரளத் தோல்பாவைக் கூத்துக் கலைஞர் கிருஷ்ணன் குட்டிப் புலவரைச் சந்தித்தேன்.

அந்தக் கலைஞரிடம் அன்று பெரிதாகப் பேச முடியவில்லை. அவருடன் வந்திருந்த மலையாளப் படைப்பாளி ஒருவர், "19-ம் நூற்றாண்டிலேயே கேரளத்துச் சாக்கையர் கூத்தைப் பதிவு செய்திருந்தால் மலையாளத்துக்கும் தமிழுக்கும் உள்ள துல்லியமான இலக்கணம் சாராத உறவை இன்னும் வெளிப்படுத்தியிருக்கலாம். இப்போது எஞ்சியிருப்பது தோல்பாவைக் கூத்து, வடகேரளத்து வேலனாட்டம், கண்ணகி வழிபாடு எனச் சில உள்ளன. இவற்றையும் பதிவுசெய்யத் தவறினால், தமிழ் - மலையாள உறவு குறித்த வாய்மொழிச் செய்திகள் முழுதுமாய் அழிந்துவிடும்" என்றார்.

ஒருமுறை கேரளம் திருச்சூரில் நாடக விழாவுக்கு வெங்கட் சாமிநாதனுடன் போனபோது, கிருஷ்ணன் குட்டிப் புலவரைச் சந்தித்தேன். தோல்பாவைக் கூத்துக்குரிய ஆடல் பற்றுத் தாள் பிரதி ஒன்றைக் காட்டினார். அப்போது நகலச்சு பரவலாகாத காலம், ஆடல் பற்றில் ஒரு காண்டத்தையாவது எழுதி எடுக்க ஆசை, ஆனால் முடியாமல் போனது.

இது நடந்து 40 ஆண்டுகள் ஆகிவிட்டன. சில நாட்களுக்கு முன்பு 'காலச்சுவடு' கண்ணனின் உதவியால் ஆடல் பற்றின் அயோத்தி காண்ட கையெழுத்துப் பிரதியின் நகலச்சைப் பெற்றேன். மலையாளத் திலிருந்து அப்படியே தமிழாக்கிய வடிவம். அந்தத் தமிழ்ப்பிரதி 388 பக்கங்கள் கொண்டது. அழகான கையெழுத்துப் பிரதி.

இப்பிரதியில் கம்பனுடைய அயோத்தி காண்டத்தின் 12 படலங் களில் உள்ள தெரிவுசெய்யப்பட்ட பாடல்களும், மணிப்பிரவாள

உரைநடை விளக்கமும் உள்ளன. இதிலுள்ள கம்பனின் பாடல்கள் கேரளத் தோல்பாவைக் கூத்தில் அப்படியே பாடப்பட்டன. தோல்பாவைக் கூத்துக் கலை தென்னிந்திய மாநிலங்களில் இன்றும் வாழ்ந்துகொண்டிருக்கிறது. ஆனால், கேரளத்தில் மட்டும் இக்கலைக் கென்றே ஒரு மூலப் பனுவல் உள்ளது.

கேரளம் தவிர்த்த பிற மாநிலங்களில் இதை நிகழ்த்துகின்றவர்கள் மராட்டிய மொழியைத் தாய்மொழியாகக் கொண்டவர்கள். கேரளக் கூத்தின் பார்வையாளர்களாக காளியே அமர்ந்திருக்கிறாள் என்பது ஆழமான நம்பிக்கை. பிற மூன்று மாநிலங்களுக்கும் இது பொருந்தாது.

கேரள ஐதீகம்

கேரளத்தில் இக்கலை வழிபாடும் சடங்கும் சார்ந்து நடக்கிறது. வடகேரளத்தில், குறிப்பாக பாலக்காடு மாவட்டத்தில் சில பகுதிகளில் பகவதி அல்லது பத்திரகாளி கோயில் விழாக்களில் நடக்கிறது. இப்படி நடப்பதற்கே ஒரு காரணம் சொல்லப்படுகிறது. காளியும் அசுரனான தாருகனும் யுத்தம் செய்த காலத்தில் ராம - ராவண யுத்தம் நடந்தது. ஆனால், ராமாயணத்தை காளி பார்க்க முடியாமல் ஆயிற்று. ராமனின் கதையைப் பார்க்க காளி ஆசைப்பட்டாள். இதற்காக காளி எனும் ஒரு பார்வையாளருக்காக ராமாயணக் கூத்தை நடத்தினர். இந்த ஐதீகம் பிற மூன்று மாநிலங்களிலும் பேசப்படவில்லை.

கேரளத் தோல்பாவைக் கூத்துக்கும் ராமாயணமே மையம், மொத்த ராமாயணக் கதையையும் 21 நாட்களில் நிகழ்த்திக்காட்டு கின்றனர். இப்படிக் காட்டுவதற்கென்று ஒரு மூலப் பனுவல் உள்ளது. இது ஆடல் பற்று எனப்படுகிறது. ஆடல் - நடிப்பு; பற்று - தொடர்பானது. அதாவது, நடிப்பு தொடர்பான பனுவல் எனக் கூறலாம். நிகழ்ச்சியில் பாடப்படும் பாடல்கள் ஆடல் பற்றில் உள்ளன. இவை கூத்துக் கவிகள் எனப்படும். முந்தைய காலங்களில் இப்பனுவலைத் தாளி ஓலைகளில் எழுதி வைத்திருந்தனர். இப்போது தாளில் பெயர்த்துள்ளனர். கூத்துக் கலைக்குழுவின் தலைவரின் வீட்டில் இந்தப் பனுவல் இருக்க வேண்டும் என்பது நியதி.

ஆடல் பற்று குரு-சீடர் வழி கடத்தப்படுகிறது. இது எழுத்து வடிவில் இருந்தாலும் அப்படியே சொல்லப்படுவதில்லை. கூத்துக் கலைஞர் தன் படிப்பு, அனுபவம், தேடல், மனோபாவம் வழி சேர்த்துக்கொண்ட விஷயங்களைக் கூத்தில் விளக்குவார். பொதுவாக, நாட்டார் கலைஞர்களின் கலைநிகழ்த்தலில் ஒரே மாதிரியான போக்கு காணப்படும் என்ற குற்றச்சாட்டு கேரளத் தோல்பாவைக் கூத்தில் இல்லை. ஒரு கோயிலில் சொல்லப்படும் விளக்கம் அடுத்த கோயிலில்

இருப்பதில்லை. பிற தென்னிந்தியத் தோல்பாவைக் கூத்தும் கேரளக் கூத்தும் மாறுபடும் இடம் இதுதான்.

ஆரம்ப நிகழ்வு

கேரளப் பாவைக்கூத்தின் ஆரம்ப நிகழ்வு பிற தென்னிந்திய மாநிலக் கூத்து நிகழ்ச்சியிலிருந்து முற்றிலும் வேறுபட்டது. இது காலமாற்றத்தால் அழியவில்லை. தோல்பாவைக் கூத்து நிகழ்த்துவதற் கென்றே கோயில்களின் அருகே கூத்து மாடங்கள் உண்டு. இந்த மாடம் மேற்கூரையும் (ஓடு அல்லது ஓலை) மூன்று புறமும் அடைக்கப்பட்டதாயும் இருக்கும். திறந்த பக்கத்தில் திரைச்சீலை கட்டப்பட்டிருக்கும்.

மாடத்துக்குள்ளே மின்விளக்கு பயன்படுத்துவதில்லை. எண்ணெய் விளக்கையே பயன்படுத்துகின்றனர். தேங்காய் மூடியில் ஒரு விரல் பருமனான துணித் திரியைப் போட்டு, தேங்காய் எண்ணெய் ஊற்றி விளக்கை எரிக்கின்றனர். 21 விளக்குகள் இருக்க வேண்டும் என்பது நியதி. அனுமன் இலங்கையை எரிக்கும் காட்சி போன்ற சிறப்புக் காட்சிகளில் தேங்காய் மூடி விளக்குகளின் மேல் தெல்லுப்பொடியைத் தூவுகின்றனர். உடனே, மத்தாப்பு எரிவதைப் போல் குபீரென்று தீப்பற்றி எரியும். உடனே அணைந்துவிடும். ஒரு மரத்தின் பாலைக் காயவைத்துப் பொடித்து இந்தப் பொடியைத் தயாரிக்கின்றனர்.

கூத்தரங்கின் முன்னே பார்வையாளர்கள் கூடியதும் வெளிச் சப்பாடு (கோயிலின் சாமியாடி) வருவார். இவர் இடுப்பில் சிவப்புப் பட்டுடன் கையில் வளைந்த வாளுடன் ஒரு கையில் சிலம்புடன் இருப்பார். இவர் கோயிலிலிருந்து கூத்துமாடத்துக்கு வரும்போது, கூடவே யானை ஊர்வலமும் வரும். இந்த நேரத்தில், மூத்த கலைஞர் கணபதி முதலான தெய்வ தோத்திரப் பாடல்களைப் பாடுவார். மாடத்தினுள் விளக்குகள் கொளுத்தப்படும். கூடவே கூத்துக்குரிய ரங்கபூசையும் நடக்கும்.

கம்பனின் பாடல்கள்

கேரளத் தோல்பாவைக்கூத்தில் ராமாயணம் மையப்பொருள். அதிலும் கம்பராமாயணக் கதையே உள்ளடக்கம். கேரளத்தில் அத்யாத்ம ராமாயணம் பொதுவாக அறியப்பட்டாலும் தோல்பாவைக் கூத்தில் கம்பனின் ராமாயண நிகழ்ச்சிகள் மட்டுமே நிகழ்த்தப்படு கின்றன. தமிழகத் தோல்பாவைக் கூத்திலிருந்து முழுதும் இது வேறுபட்ட நிலை. கம்பனின் காப்பியத்திலிருந்து 2,300 பாடல்கள் கேரளக் கூத்தில் பாடப்படுகின்றன. இவற்றில் பெரும்பாலானவை கம்பனின் மூலப்பாடல்கள்; சில கம்பனைத் தழுவியவை. ஒவ்வொரு

பாடலுக்கும் விளக்கம் உண்டு. இது தமிழும் சம்ஸ்கிருதமும் கலந்த மலையாள மொழியில் உள்ளது. ஆடல் பற்று மூலத்தில் உள்ள இந்த விளக்கங்களை அப்படியே சொல்லுவதில்லை.

ஆடல் பற்றைத் தொகுத்தவர் பற்றிய செய்திகளை மலையாள நாட்டார் வழக்காற்றியல் அறிஞர் ஜீ. வேணு சேகரித்திருக்கிறார். இவர் "புதூர் சின்னத்தம்பிப் புலவரே கேரளத் தோல்பாவைக் கூத்துக்காக கம்பனின் பாடல்களைத் தெரிவு செய்திருக்கிறார். வெள்ளாளச் செட்டி சாதியினரான இவருக்கு தஞ்சையிலிருந்து பாலக்காட்டில் குடியேறிய பிராமணர்கள் உதவியிருக்கின்றனர்" என்கிறார். கடந்த ஆறு ஏழு தலைமுறைகளாக கேரளத்தில் கம்பனின் பாடல்களைப் பாடுவதற்கு கூனத்தறா குடும்பத்தினர் முக்கிய காரணம். இந்தக் குடும்பத்தில் பிறந்தவர் கிருஷ்ணன் குட்டிப் புலவர். தம்பிப் புலவர், முத்தப்பப் புலவர், லட்சுமணப் புலவர் என்பவர்களுக்கும் இதில் பங்கு உண்டு.

அயோத்தியா காண்டம்

டெல்லி சங்கீத நாடக அகாடமியின் உதவியால் கபிலவாத்சாயனர் தூண்டுதலால் ஆடல் பற்று மூலப் பனுவல் முழுவதும் ஓலையிலிருந்து தாளில் பெயர்க்கப்பட்டுள்ளது. இதில் அயோத்தி காண்டம் மட்டும் மலையாள எழுத்து வடிவிலிருந்து தமிழ் வடிவம் பெற்றிருக்கிறது. இது மொழிபெயர்ப்பல்ல. மூலப்பனுவலின் மொழி தமிழ்; எழுத்து வடிவம் மலையாளம்.

அயோத்தி காண்ட கையெழுத்துப் பிரதி 388 பக்கங்கள் கொண்டது. கம்பனின் 12 படலங்களும் இதில் உள்ளன. ஒன்றிரண்டு படலங்கள் பெயர் மாற்றம் உடையவை. கம்பன் மூலத்தில் உள்ள பள்ளிபடைப் படலம் என்பது பள்ளியடைப் படலம் என்றும், ஆறு செல் படலம் என்பது ஆற்றுப்படலம் என்றும், திருவடி சூட்டுப் படலம் என்பது கிளைகண்டு நீங்கு படலம் என்றும் உள்ளன. பிற படலங்கள் கம்பனைப் போலவே உள்ளன. வை.மு. கோபாலகிருஷ்ண மாச்சாரியாரின் கணக்குப்படி கம்பனின் அயோத்தி காண்டத்தில் 1,224 பாடல்கள் உள்ளன. ஆடல் பற்றில் 240 பாடல்கள். இவற்றில் 6 பாடல்கள் கம்பனில் இல்லாதவை. 26 பாடல்கள் பாடபேதம் உள்ளவை.

வேறுபட்ட விளக்கம்

ஆடல் பற்று அயோத்தி காண்டம் பாடல்களுக்கு விரிவாக விளக்கமும் ஒப்பீடுகளும் உள்ளன. உதாரணமாக, 'ஆழி சூழ் உலகெலாம் பரதனே ஆள' என்பதற்கு 'ஆழியான சரயு நதியால்

சூழப்பட்ட அயோத்தி ராஜ்யம்' என உள்ளது. கம்பன் பாடல்களுக்குத் தமிழகத்தில் கொடுக்கப்படும் விளக்கங்களுக்கு மாறுபட்டும் உள்ளது. பெரும்பாலும் நாடக பாணியில் விளக்கம் உள்ளது. புராணம், தர்மம், பிரம்மாவின் மனதில் உதித்த ரிஷிகள், 56 தேசங்கள் என எல்லாவற்றுக்கும் நீண்ட பட்டியல் உள்ளது. சில பாடல்களுக்கு மிக விரிவாக விளக்கம் உள்ளது. 'வெய்யவன் குல முதல்' என்ற கம்பன் பாடலுக்கு 3 பக்க விளக்கம் உள்ளது. ஒரு பாடல் விளக்கம் மாதிரிக்கு; 'மன்னவன் பணியன்றாகினும்...' 'ஆகா வாராய் தாயே. இந்தக் கற்பனையானது அந்தப் பிதாவின் கற்பிதமென்றிருந்தாலும் உம்முடைய கற்பனையேதான். உமக்கு வேண்டி பிதா சொன்னதாக இருந்தாலும் ராமனான நான் உபேட்சிக்கப் போறவனில்லை'.

ஆடல் பற்றை முழுவதும் தமிழாக்கி அச்சில் கொண்டுவரலாம். கம்பனுக்குப் புது விளக்கம் கிடைக்கும்.

இந்து தமிழ் இசை 1-12-2019

3. கேரளத்தில் புகழேந்தி

கேரளத்திலும் தமிழ்நாட்டிலும் கண்ணகி தொடர்பாகக் கிடைக்கும் கதைகளில் பொதுவான தன்மை உண்டு. இதை ஒரு கருதுகோளாகவும் கருதலாம். இவ்விரு மாநிலங்களிலும் வழக்கில் இருந்த கண்ணகி தொடர்பான செய்திகளில் சிலப்பதிகாரக் கதை இழையோடுகிறது என்பது உண்மை. இதன் அடிப்படையிலேயே கேரளத்தில் கண்ணகி வழிபாட்டை இனங்காண வேண்டும்.

தமிழகத்தில் கண்ணகி கதை தொடர்பாக 17 அம்மானைகள், இசை நாடகங்கள், 8 உரைநடை நாடகங்கள், 4 திரைப்படங்கள், '11 கதைப்பாடல்கள்' நவீனப் பாடல்கள் ஆக 40 வடிவங்கள் கிடைத்துள்ளன (பி.இ. எண்: 1). இவற்றில் சில வாய்மொழி வடிவில் உள்ளன. இந்த வடிவங்களை எல்லாம் ஒன்றாக வைத்து ஆராய்ந்தால் இவற்றிற் கெல்லாம் மூலம் புகழேந்திப் புலவரின் பேரிலுள்ள கோவிலன் கதை என்னும் அம்மானை வடிவம்தான் என்பதை நுட்பமாய் உணர முடியும்.

கேரளத்தில் கிடைத்துள்ள தமிழ் மொழியில் அமைந்த 5 கதைப் பாடல்களிலும், மலையாளத்தில் வழங்கும் 11 வாய்மொழிப் பாடல் களிலும் உள்ள (பி.இ. எண்: 2) மூலக்கதைகளுக்கும் புகழேந்தியின்-அம்மானை வடிவம் தொடர்புடையது என்பதை மறுக்க முடியாது.

புகழேந்திப் புலவர் பெயரில் உள்ள 13 மகாபாரதக் கதைப்பாடல் களும், 8க்கும் மேற்பட்ட பிற அம்மானைப் பாடல்களும் கிடைத்துள்ளன. இவற்றில் பழமையானது கோவிலன் கதை. இதன் முதல் பதிப்பு 1894இல் வந்தது. இதன் பின் எத்தனையோ பதிப்புகள் வந்து விட்டன.

இந்தக் கதைப்பாடலின் ஓலைச்சுவடி ஒன்றை இன்றைய கன்னியாகுமரி மாவட்டம், அகஸ்தீஸ்வரம் வட்டம் கிராமத்தி லிருந்து வையாபுரிப்பிள்ளை பெற்றிருக்கிறார். இந்த ஏடு கி.பி. 1700இல் பிரதி செய்யப்பட்டது என்பது அவரது ஊகம். எனவே புகழேந்திப் புலவர் பேரிலுள்ள கோவிலன் கதை 1700க்கு முன்பு வழக்கில் இருந்திருக்கலாம் என்பது அவரது கருத்து (எஸ்.வையாபுரிப்பிள்ளை 1964, ப.168).

அம்மானைகள் எழுதப்பட்டதாகக் கூறப்படும் புகழேந்தி, நளவெண்பா எழுதிய புகழேந்தி அல்லர்; இருவரும் வேறானவர்கள். அட்டாவதனம் வீராசாமிச்செட்டியார்தான் அம்மானை புகழேந்தியின் பெயரை பிரபலப்படுத்தினார் என்கிறார் மு.அருணாசலம். கோவிலன் கதை முதல்பதிப்பில் புகழேந்தியின் பெயர் இல்லை. பின்னர் வந்த பதிப்புகளில் இப்பெயரை இரத்தினநாயக்கர் சன்ஸ் பதிப்பகத்தார் சேர்த்திருக்கின்றனர்.

புகழேந்தி பெயரில் உள்ள கோவிலன் கதையை எட்டு பதிப்பகங்கள் வெளியிட்டுள்ளன. இவற்றிற்கிடையே பெரிய அளவில் வேறுபாடில்லை. ஆனால் பி.ஆர்.என். சன்ஸ் பதிப்பில் (1908) வட்டபுரி அம்மன் சிறுகதைப்பாடல் இணைக்கப்பட்டுள்ளது.

இந்த அம்மானைப்பாடல் கண்ணகியைக் காளியாக, மாரியம்மனாக, பகவதியம்மனாகக் காட்டுகிறது. ஒரு கூத்து நாடகம் கண்ணகியை மலையாள பகவதி எனக் கூறும்[1]. புகழேந்தி அம்மானையின் காலம் எது என்பது தெரியவில்லை. இந்தக் கதைகளில் குறிக்கப்படும் பல செய்திகள் கி.பி. 15, 16ஆம் நூற்றாண்டுகளில் வழக்கில் இருந்திருக்கலாம்.

இந்த மரபு சிலப்பதிகாரக் கதையிலிருந்து உருவானது. என்றாலும் இது தொடர்பான வேறுபட்ட மரபும் வழக்கில் இருந்தது. கண்ணகி கதை நிகழ்ந்த காலத்தில் நிலவிய தமிழ்நாட்டிலும், பண்டைய தமிழகமான கேரளத்திலும் இந்த மரபு இருந்திருக்கலாம். 15, 16ஆம் நூற்றாண்டு வரை இது தொடர்ந்திருக்கலாம்.

செழிப்பு, வெப்பு நோய் தொடர்பாக வழிபாடு பெறும் பெண் தெய்வம் குறித்த செய்திகள் பரவல் தன்மையுடைதாக இருந்தன. இதை கோட்பாடாகக் கொள்ளலாம். (தே.லூர்து 1986 ப.24) இது கண்ணகி கதைக்கும் பொருந்தும்.

புகழேந்தி அம்மானையில் வஞ்சிக்காண்ட நிகழ்வு இல்லை. இதில் கவுந்தியடிகள் வரவில்லை. கேரள வாய்மொழி மரபுக்கும் இது பொருந்தும். அம்மானையில் வரும் 12 கதாபாத்திரங்களில் சிலப்பதிகாரத்தில் இல்லாதவையும் உண்டு.[2]

தமிழகத்தை விட கேரள மரபில் கண்ணகி தொடர்பான வாய்மொழிச் செய்திகள் அதிகம் கிடைக்கின்றன. அவற்றை முழுதும் தொகுப்பதன் மூலம் அம்மானையை ஒப்பிட்டு ஆராய முடியும். தமிழகத்தில் இப்படியான செய்திகளைத் தொகுப்பதற்கு வாய்ப்பில்லை.

கேரளத்தில் கண்ணகி தொடர்பாக தமிழில் கிடைக்கின்ற கோவலன் கர்ணகி கதை, மன்னான் கோவலன் சரித்திரம், கோவலன் கதை,

கண்ணகிகதை, கண்ணகி வில்லுப்பாட்டு ஆகிய ஐந்து கதைகளும் புகழேந்தி அம்மானையின் செல்வாக்கு உடையவை. இவை தவிர மலையாளத்தில் உள்ள கண்ணகி தோற்றம் பாட்டு, சிலம்பு கதை, கோயிலாண்டி கதை, ஸ்ரீகுறும்பா கதை ஆகியவற்றிலும் புகழேந்தி அம்மானையின் செல்வாக்கு உள்ளது.

கோவலனைச் செட்டி என அம்மானை கூறும்; இவனது பூர்வீகம் செட்டி என்பது தமிழக வாய்மொழிமரபு. கோவலனின் தந்தை முத்துச் செட்டி (மாநாய்க்கன்) மாச்சோட்டன் செட்டி மரபில் வந்தவன். இவன் 16 வயதில் கொலைப்பட வேண்டும் என்பது காமதேனுவின் சாபம். கேரள வாய்மொழி மரபிலும் செட்டி எனப்படுகிறான். வடமலபார் கண்ணகிக் கோவில்களுடன் செட்டியார்களுக்குத் தொடர்பு உண்டு. கேரளத் தோல்பாவைக் கூத்தை நடத்திய ஆரம்பகாலக் கலைஞர்கள் செட்டி சாதியினர். இக்கலை கண்ணகி கோவில்களிலும் நடத்தப்பட்டது.

அம்மானை, பாண்டியனின் மகள் காளி எனக் கூறும். இது கதையின் மையம். இதே செய்தி கேரளத் தமிழ்க் கதைகளிலும் உண்டு. அம்மானை "வலதுகால் செஞ்சிலம்பும் இடதுகை செப்பேடு கழுத்திலே பூமாலை கன்னம் வழி கட்டழகி தான் பிறந்தாள்" எனக் கண்ணகியின் பிறப்பைக் கூறும் (கோவலன் கதை 1970 ப. 10) இச் செய்தி கேரள கண்ணகி கதை ஏட்டுப்பிரதியிலும் குலசேகரம் வில்பாட்டிலும் உள்ளது.

கண்ணகி காளி, துர்க்கையின் அவதாரம். அதனால் கண்ணகி கோவலன் இருவரும் உடல் தொடர்பின்றி வாழ்கின்றனர் என்னும் செய்தி கேரள வாய்மொழி மரபில் உண்டு. சிலப்பதிகாரம் கூறும் பாசண்ட சாத்தன் தேவந்தி உறவு போன்றது இது. திருவிதாங்கூர் தென்பகுதியில் கிடைத்த கோவலன் கதையில், சேத்திரபாலனின் அம்சமாகக் கோவலனும், காளியின் அம்சமாகக் கண்ணகியும் பிறக்கின்றனர் என்ற செய்தி வருகிறது.

பாண்டியன் மதுரையின் எல்லையில் உள்ள காளி கோவிலை அடைக்கச் சொல்லுகிறான்; அங்கு விளக்கேற்றுபவன் தண்டனை பெறுவான் என்கிறான். இது அறியாத வாணியன் ஒருவன் காளி கோவிலில் விளக்கிடுகிறான்; அதனால் கொல்லப்படுகிறான். இதற்காக, காளி பாண்டியனைக் கொல்கிறேன் என்கிறாள். இது அம்மானையில் வரும் நிகழ்ச்சி (கோவலன் கதை ப.8).

இதே நிகழ்ச்சி கேரளப் பழங்குடியினரின் வாய்மொழி மரபில் வருகிறது. பாண்டியன் குழந்தை வேண்டி காளி கோவிலில் தவம் இருக்கிறான். குழந்தை பிறக்காததால் காளி கோவில் கதவை

அடைக்கிறான். இதை மீறிக் கம்மாளன் ஒருவன் கோவிலில் விளக்கேற்றுகிறான். பாண்டியன் அவனை வெட்டுகிறான். இதனால் காளி பாண்டியனின் மகனாகப் பிறந்து பழிவாங்குகிறான் (டாக்டர் நசீம்தீன் 1992 கோவலன் சரித்திரம் ப.55).

தமிழக, கேரளக் கண்ணகி கதைகளில் காளி கோவில் கதவடைத்தல் சிலப்பதிகார மூலத்திலிருந்து கிளைத்தது. இது பராசகன் என்ற பிராமணச் சிறுவன் தொடர்பான கதை; கட்டுரை காதையில் வரும் ஐயை கோவில் கதவடைத்த கதையும் இதனுடன் ஒப்பிடத்தக்கது.

கேரள வாய்மொழி மரபு, எழுத்து வடிவக் கதைகளில் கண்ணகி பாண்டியனின் மகளாகக் குறிக்கப்படுகிறாள். தென் கேரளப் பகவதிக் கோவில்களில் கண்ணகி கதை பாடப்பட்டது. இதற்கென்று மூலப்பனுவல் இருந்தது. அம்மானை வடிவில் இருக்கும் இந்தக் கதைப்பாடலின் தொடக்கத்தில் கண்ணகியையும் கோவலனையும் பூவுலகில் பிறக்குமாறு வரமளிக்கிறான்.

கோவலன் சேத்திரபாலனின் அம்சமாகவும் கண்ணகி துர்க்கையின் அம்சமாகவும் பிறக்கிறாள் என வருகிறது (நடராஜன் கோவலன் கண்ணகி கதை 1979 ப.1). கேரளப் பழங்குடியான மன்னான் சாதியினரின் வாய்மொழி மரபில் உள்ள கோவலன் சரித்திரம் கதையிலும் பாண்டியனின் மகளாகத் துர்க்கை (கண்ணகி) பிறப்பதாக வருகிறது (டாக்டர் நசீம்தீன் ப.அ. 1992 ப. 59).

கண்ணகி தோற்றம் பாட்டில் ஒரு கதை. தென் கொல்லத்தில் நாராயணன் என்ற அரசன் இருந்தான். இவன் பாண்டிய வம்சத்தினன். இவனது மகன் காளியின் அம்சம் கொண்டவள். இவளே ஸ்ரீகுறும்பா கதையிலும் காளியின் அம்சமாகக் (கண்ணகி) காட்டப்படுகிறாள். கேரளச்சுவடிப் புல ஏடு பாண்டியன் மனைவி கோப்புளாங்கியின் வயிற்றில் காளியின் அம்சமாக கண்ணகி பிறந்தாள் எனக் கூறும். கன்னியாகுமரி மாவட்டம் குலசேகரம் மங்கலம் கோவில் - வில்லுப்பாட்டு பாண்டியனார் - பெற்றெடுத்த கண்ணகியே தாலேலோ" என்று கூறும்.

கேரளத்துக் கண்ணகி கதைகளுடன் புகழேந்திப்புலவரின் கோவிலன் கதை முழுவதும் ஒத்து நடக்கிறது. பாண்டியன் குழந்தைக் காகத் தவமிருந்தான். அவள் மனைவி கோவிலங்கியும் தவமிருந்தாள். தவத்துக்கு இரங்கிய சொக்கலிங்கம் காளியின் உயிரை எலுமிச்சம் பழமாக மாற்றிப் பாண்டியன் மனைவியிடம் கொடுத்தான். அவள் அதை உண்டு கர்ப்பமானாள். பத்துமாதம் கழித்து கன்னம் வழி கண்ணகி பிறந்தாள் என்பது புகழேந்தி கூறும் கதை (பக். 10).

தமிழகம், கேரளம் என இரு மரபிலும் கண்ணகி, பாண்டியன் மகளாகக் காட்டப்படுகிறாள். இதற்குக் காரணம் சிலப்பதிகாரம் வாழ்த்துக் காதையில் கண்ணகி, செங்குட்டுவன் எடுத்த கோவிலுக்கு வந்த மக்களிடம்

தென்னவன் தீதிலன் தேவர்கோன்
தன்கோவில்
நல்விருந்து ஆயினன் நானவன்
தன்மகள்
என்கிறாள் (பாடல். 10)

இப்பகுதிக்கு உரை எழுதிய அடியார்க்கு நல்லார் "முன் மானிட யாக்கையில் கொண்ட சிவப்பறித் தெய்வ யாக்கை பெறுதற்குக் காரணமாயினான் என்பது பற்றி நான் அவன் மகனென்றாள்" என்கிறார்.

கோவலனும் கண்ணகியும் காட்டுவழி மதுரைக்குச் செல்லுகின்றனர். ஒரு இடத்தில் கோவலன் அவளைத் தனியே விட்டுவிட்டு தண்ணீர் கொண்டு வரச் செல்லுகிறான். அப்போது ஏழு திருடர்கள் அவளை வழிமறிக்கின்றனர். அவனது மங்கலநாணைக் கழற்றுமாறு கட்டாயப் படுத்துகின்றனர். கண்ணகி அவர்களைக் குத்துக்கல்லாகுமாறு சாபமிடுகிறாள். இந்த நேரத்தில் அங்கு வந்த கோவலன் நடந்ததை அறிந்து அவர்களை மன்னித்து மறுபடியும் மனிதர்களாக்கி விமோசனம் அளிக்கக் கேட்கிறான். அவளும் இணங்குகிறாள். இப்படி ஒரு நிகழ்ச்சி புகழேந்திப் புலவன் கோவலன் கதையில் வருகிறது (பக்.55, 56).

இதே நிகழ்ச்சி தென்திருவிதாங்கூர் குலசேகரம் மங்கலம் காளிகோவில் விழாவில் பாடப்படும் வில்லுப்பாட்டு கதையிலும் வருகிறது. வடகேரளக் கண்ணகி கதையில் இந்த நிகழ்ச்சி இல்லை. கண்ணகி திருடர்களை உப்பு பரதவர்களாகவும் ஒட்டகர்களாகவும் ஆகுமாறு சாபம் கொடுத்தாள் என ஒரு நிகழ்ச்சியைக் கர்ணகி கதை திருநெல்வேலி பதிப்பு கூறுகிறது - (1921 ப. 46)

இந்த நிகழ்ச்சிக்கு மூலம் சிலப்பதிகாரம் தான். இது புகார்க் காண்டம் நாடுகாண் காதையில் வருகிறது (வரி: 214-244).

இங்கு கண்ணகியையும் கோவலனையும் பார்த்து வம்பப் பரத்தையும் வறுமொழியாளனும் கிண்டலாகப் பேசுவதைக் கண்ட கவுந்தியடிகள் சாபம் கொடுக்கிறாள். இக்கதையின் மாற்றுவடிவங்களே புகழேந்திப் புலவரின் அம்மானையில் வருவது. நல்லதங்காள் கதை அம்மானையிலும் இப்படி ஒரு நிகழ்ச்சி உண்டு.

பாண்டியன் கோவலனைக் குற்றவாளியாகக் கருதி சோதிக்கிறான். காவலர் பல்வேறு சோதனைகளுக்குப் பின் அவனை ராஜவீதியில்

அழைத்துச் செல்கின்றனர். அவன் அநியாயமாகக் கொல்லப்படப் போகிறான் என அறிந்து விடுகிறாள் கோவிலங்கி. பாண்டியனிடம் தன் எண்ணத்தைச் சொல்லுகிறாள் (கோவலன்கதை ப. 74-76).

இதே நிகழ்ச்சி தென் கேரளக் கோவலன் கதையிலும் வருகிறது. பாண்டிமாதேவி கோவலனுக்காகப் பரிந்து பேசுகிறாள். இதைக் கேட்ட பொற்கொல்லன் "பாண்டியனே இவள் கோவலன் மேல் ஆசை கொண்டவள்; இவளை நம்பாதே" என்கிறான் (நடராஜன். 1979, ப.94).

கேரளத்து மன்னான் பழங்குடி மக்களிடம் வாய்மொழியாக வழங்கும் கோவலன் கதையில் இதே நிகழ்ச்சி வருகிறது (டாக்டர் நசீம்தீன் 1982, ப. 60-70). ஸ்ரீகுறும்பா கதையில் பொற்கொல்லன் அரசனிடம் அரசியைப் பற்றிக் கோள் சொல்லுவதாக ஒரு நிகழ்ச்சி வருகிறது; கோவலன் அழகில் அரசி மயங்குகிறாள் நம்பாதே அவளை என்கிறான்.

வடகேரள வாய்மொழி மரபில் தட்டானின் கோள் சொல்லைக் கேட்டு அரசன் அரசியைத் தண்டித்தான் என வருகிறது. இப்படியான கதை நிகழ்வு சிலப்பதிகாரத்தில் இல்லாதது. இது வாய்மொழி மரபில் இருந்து புகழேந்திப் புலவர் அம்மானையில் நுழைந்திருக்கலாம்.

புகழேந்திப் புலவன் அம்மானையில் வரும் சில செய்திகள் சிலப்பதிகார மூலத்தில் இல்லாதவை கேரள தமிழ்க் கதைகளிலோ மலையாள வாய்மொழி மரபிலோ இல்லாதவை. தமிழகத்திலோ கேரளத்திலோ வட்டார அளவில் வாய்மொழி மரபில் அவை இருந்திருக்கலாம். அம்மானைப் பாடலில் பிற்காலத்தில் நுழைந்திருக் கலாம்.

கோவலனைக் கொலையாளிகள் வெட்டுகின்றனர். ஆனால் கத்தி அவன் கழுத்தில் பூமாலையாக விழுகின்றது. கொலையாளிகள் அஞ்சி ஓடுகின்றனர். கோவலன் வாளை தன் மீது பாய்ச்சிக் கொள்ளுகிறான். இது நாட்டார் கதைப்பண்பின் ஒரு கூறு. தன்னேரில்லாத காவியத் தலைவனை யாரும் அழிக்க முடியாது. அவனே விரும்பினால் மட்டுமே அது முடியும். இது போன்ற நிகழ்ச்சி கான்சாகிப் சண்டை, மதுரைவீரன் கதை, தேவசகாயம் பிள்ளை கதை போன்றவற்றிலும் வருகிறது.

இடைக்குலப் பெண் கோவலன் இறந்த செய்தியைக் கண்ணகியிடம் சொல்லாமல் மறைக்கிறாள். இதனால் கண்ணகி அவள் வீட்டை எரிக்கிறாள். பின் இடைச்சி, கண்ணகியைப் பணிந்து தான் அப்படி மறைத்ததன் காரணத்தைச் சொல்லுகிறாள். கண்ணகி அவளது வீட்டை மறுபடியும் எழுப்பிக் கொடுக்கிறாள் (கோவலன் கதை ப.83). இது போன்ற ஒரு நிகழ்ச்சி மத்திய கேரள வாய்மொழி மரபில் உண்டு.

குலசேகரம் வில்லுப்பாட்டில் இடைச்சிக்கு வரமளித்த செய்தி வருகிறது.

கண்ணகி பொற்கொல்லனைக் கொன்று அவனது குடலை உருவி மாலையாகப் போடுவதான நிகழ்ச்சியைப் புகழேந்திப்புலவன் அம்மானை வருணிக்கிறது (கோவலன் கதை பக்.98, 99). இதையே தென் கேரளத் தமிழ் கதையும் கூறும் (1979,பக். 144).

பாண்டியனின் மகளான கண்ணகி பிறக்கும் போது கொடி சுற்றிப் பிறக்கிறாள். சோதிடர் இக்குழந்தைக்கு நாட்டுக்கு ஆகாது ஆற்றில் விட்டுவிடுங்கள் என்கிறார். இது நாட்டார் வழக்காற்றிலிருந்து செவ்விலக்கியத்துக்குச் சென்ற கதைக்கூறு. கர்ணன், வள்ளுவன், மதுரைவீரன் எனச் சிலர் கொடி சுற்றிப் பிறந்தவர்கள் என்பது வழக்காறு.

கோவலன் கதையில் கண்ணகி வட்டபுரி அம்மனாக மாறிய செய்தி வருகிறது (ப.103). கோவலன், மாதவி ஆகிய இருவரின் உடல்களை எரித்து கங்கையில் கரைத்த பிறகு கண்ணகி திருவொற்றியூர் வருகிறாள். அங்கே தியாகராஜனைக் (சிவன்) காண்கிறாள். குடிக்க நீர் கேட்கிறாள். அவர் ஒரு சுனையைக் காட்டுகிறார். அவள் சுனையில் இறங்குகிறாள். சிவன் பெரிய கல்லால் சுனையை மூடிவிடுகிறார். அவள் வேறு ஒரு இடத்தில் முளைக்கிறாள். அங்கும் மூடுகிறார் சிவன். அவள் வேறு இடங்களில் முளைத்து வட்டபுரி அம்மனாகக் கோவில் கொள்ளுகிறாள். சித்திரை மாதம் சிறப்பு பூசை ஏற்கிறாள்.

திருவொற்றியூர் சிவன் கோவில், உட்பகுதி வடக்கில் உள்ள துர்க்கா தேவியை வட்டபுரியம்மனாகக் கூறும் வழக்கு உண்டு. இக்கோவில் விழாவில் 15ஆம் நாள் கோவில் ஓலைப் பந்தலை எரிக்கின்றனர். இது மதுரையை எரித்ததன் அடையாளம்.

முந்திய காலங்களில் கம்மாள இளைஞனை துர்க்கா தேவிக்குப் பலி கொடுத்தனர். ஒரு முறை தமிழ்ப்புலமை பெற்ற கம்மாள இளைஞனைப் பலி கொடுக்க ஆயத்தமானபோது, அந்த இளைஞன் அம்மனைத் துதித்துப் பதிகம் பாடினாராம். அதுகேட்டு மகிழ்ந்த அம்மன் இனி நரபலி வேண்டாம் மிருகபலி போதும் என்றாளாம். இக்கோயில் சாசனம் இத்துர்க்கையை "திருவட்டப்பாறை பிடாரியார்" எனக் கூறும் (மு.ராகவையங்கார் ஆராய்ச்சித் தொகுதி, 1960 ப.239). சுடலை மாடன் ஏடு

மலையாளத்து எல்லையிலே
மயிலனையாள் வந்திருந்து
பகவதியாள் என்று சொல்லி

பட்சமுடன் பேரும் பெற்று
வட்டபுரி அம்ம னென்று
வடக்குவாய் செல்வி என்றும்
கண்ணகி தேவி என்றும்
காச்சக்கார நீலி என்றும்

கண்ணகியைப் பாராட்டுகிறது. கண்ணகி பகவதி கூத்து நாடகம் (1932) கண்ணகியை வட்டபுரி அம்மன் எனக் கூறும். இதற்கு வேறு மேற்கோளும் உண்டு (அறிவு நம்பி ப.21).

அடிக்குறிப்புகள்

1. இந்தக் கூத்து நாடகத்தை உடையார் பிள்ளை என்பவர் பதிப்பித் திருக்கிறார். பதிப்பாளர் மதுரை ராமசாமிக்கோன். இதே பதிப்பு 1928இல் இரண்டு பாகங்களாக வந்திருக்கிறது. இரண்டிலும் வேறுபாடில்லை. 1929ஆம் பதிப்பில் திருவிதாங்கூரில் நிலைகொண்ட மலையாள பகவதி கொடுங்கோளூரில் கோவில் கொண்ட மலையாளத்துக் காளி என்ற வர்ணனை இறுதிப் பகுதியில் வருகிறது. இப்பாடல் சிறு பிரசுரமாக வந்திருக்கிறது (எம்.இ.எம். முத்துமாலை யம்மன் தெரு 1929 மதுரை). இந்தச் சிறு பிரசுரத்தில் கண்ணகி கேரளத்தில் பரவலாகக் குடிகொண்டவள் என்று கூறப்படுகிறது. இந்நூலைப் பதிப்பித்த உடையார்பிள்ளை கன்னியாகுமரி மாவட்டம் தோவாளை வட்டம், கடுக்கரை ஊரைச் சார்ந்தவர் (1875 - 1962) இவர் நவாப் ராஜமாணிக்கம் கம்பெனியில் இருந்தவர். இவர் 16க்கு மேற்பட்ட கூத்து நாடகங்களை எழுதியுள்ளார்.

2. புகழேந்திப் புலவரின் கதாபாத்திரங்கள்.

மாச்சோட்டன்	-	மாசாத்துவன்
வர்ணமாலை	-	கோவலனின் தாய்
கோவிலங்கி	-	பாண்டியனின் மனைவி
கர்ணகி	-	கண்ணகி
		மாநாய்க்கனின் வளர்ப்பு மகள்
மாதகி	-	மாதவி
வசந்தமாலை	-	சித்திராபதி மாதவியின் அம்மா
வஞ்சிப்பத்தன்	-	பொற்கொல்லன்
ஆச்சி	-	மாதரி
மழுவரசர்	-	கோவலனைக் கொலை செய்தவர்
சுந்தரலிங்கம்		
சோமலிங்கம்	-	வஞ்சிப்பத்தனின் மக்கள்

பின் இணைப்பு - 1
கண்ணகி கதையின் வடிவங்கள் பட்டியல்

1882 கோபால கிருஷ்ண அய்யர் (ப.ஆ) கோவிலன் கதை, மட்டுவார் குழலாள் அச்சுக்கூடம், சென்னை.

1915 கோவலன் சரித்திரம் சே,பக்கிரியா பிள்ளை (ப.ஆ) மதுரை

1918 கோவலன் சரித்திரம் (சக்தி லோபகாரி) இசை நாடகம்

1918 கோவலன் சரித்திரம் இராஜ வடிவேல்தாசர்

1920 கல்யாணசுந்தரம்பிள்ளை, கோவலன் சரித்திரம், எம்.இ.எம், முத்துமாலையம் தெரு, மதுரை.

1923 கோவலன் சரித்திரம், சங்கரலிங்கக் கவிராயர்

1925 கோவலன் கதை, உடையார் பிள்ளை, (மதுரை ராமசாமிக்கோன் பதிப்பு)

1928 கோவலன் சரித்திரம், 1, 2 உடையார் பிள்ளை (ப.ஆ.ராமசாமிக்கோன்), எச்செல்சியார் அச்சகம், மதுரை.

1927 கோவலன் கதை, என்.எஸ்.மாணிக்கம் பிள்ளை

1932 கோவலன் நாடகம், குற்றாலம்,

1934 நவீன கோவலன் நாடகம், நடராஜ கவிராயர்.

1934 கோவலன் டிராமா, சரஸ்வதி ஸ்டோர்ஸ், கிராமபோன் ரிகார்டு.

1937 கோவலன் கண்ணகி நாடகம், வீரபத்திரன் பி.ஆர்.என் சன்ஸ்.

1942 கோவலன் சரித்திரம். சங்கரதாஸ் சுவாமிகள்

1981 கோவலன் கூத்து, தெருக்கூத்து வடிவம்.

பூம்புகாரில் வாய்மொழி வடிவில் கண்ணகி கோவலன் மாதவி நல்லாள் கதை.

ஓலப்பாளையத்தில் வாய்மொழியாக உள்ள கதை.

நாடகம் (உரைநடை)

1949 சிலப்பதிகார நாடகம் (அரங்க வேங்கடாசலம் பிள்ளை)

1953 குடமலைதெய்வம் - புலவர் அரசு

1959 நாடகச்சிலம்பு - கு.திருமணி

1965 காமக்கண்ணி - டி.ஏ. ஞானமூர்த்தி

1977 சிலம்புச் செல்வி - மு.வை.அரவிந்தன்

1977 சிறுவர் சிலம்பு - அய்யாசாமி

1990 கொங்கைத்தீ - இந்திரா பார்த்தசாரதி

1993 மதுரைக் காண்டம் - எஸ்.எஸ். சிவப்பிரகாசம் (கன்னடத்திலிருந்து தமிழில்)

திரைப்படங்கள்

1933 கோவலன் - ராஜா சாண்டோ இயக்கம், நரசிம்மராவ், லீலா
1934 சம்பூர்ண கோவலன் புகழேந்தி கதை - கே.ஆர்.லட்சுமி, செல்லப்பா
1942 கண்ணகி ஜூபிடர் பிக்சர்ஸ் - பி.யு.சின்னப்பா, கண்ணாம்பா
1965 பூம்புகார் - எஸ்.எஸ்.ராஜேந்திரன், விஜயகுமாரி - கருணாநிதி

கண்ணகி கதைப்பாடல் வடிவில் பிற்காலத்தவை

கண்ணகி ச.து.சு. யோகிகள் 12 பாடல்கள்
கோவலன் வெண்பா - ஸ்ரீனிவாசாச்சாரியார் 290 வெண்பாக்கள்
பூம்புகார் பத்தினி - சம்பந்தம் பிள்ளை 1558 பாடல்கள்
சிலப்பதிகார செம்பொருள் காவியம் 1321 வெண்பாக்கள்
கண்ணகி வெண்பா - மு.ரா.கந்தசாமிக் கவிராயர் 300 வெண்பாக்கள்
கண்ணகி கதை - நவநீதகிருஷ்ணன்
கண்ணகி புரட்சிக் காப்பியம் - பாரதிதாசன் 281 பாடல்கள்
மாதவி காவியம் - பொன்னிவளவன்
சிலப்பதிகாரம் - ஞானமணி
விதியோ வீணையோ - தமிழொலி
சிலம்பின் சிறுநகை - சாலை இளந்திரையன்

பின் இணைப்பு எண் - 2

கேரளத்தில் கண்ணகி தொடர்பான கதைகள்
தமிழில் அமைந்த கதைப்பாடல்கள்
கோவலன் கண்ணகி - நடராஜன் பதிப்பு 1979
மன்னான் கோவிலன் கதை - டாக்டர் நசீம்தீன் 1992
கண்ணகி கதை 2000 பதிப்பு
கேரளம் சுவடிபுல ஏடு
குலசேகரம் பத்திரகாளி கோவிலில் பாடப்பட்ட வில்லிசைக் கதை வாய்மொழி வடிவில்

மலையாளக் கதைகள் (வாய்மொழி மரபு)

கோவலன் சிலம்பு வில்கான் போய கதா - கேரளம் வடபகுதி தோற்றம் பாட்டு கொல்லம்
கோயிலாண்டி அம்மன்கதை - புகழேந்திப் புலவர் கதையை ஒத்தது செட்டியார் மரபினர் பாடுவது

ஸ்ரீ குரும்பா கதை

ஆவியர் பாட்டு

மரக்கால் பாட்டு

கட்டப்படி இருளர் கதை

நல்லம்மா கதை

பாலக்காடு சித்தூர் வண்ணாரிடம் வழங்குவது

கண்ணகி தோற்றம் பாட்டு கொடுங்கல்லூர் வடிவம்

ஆற்றுக்கால் கோவிலில் (திருவனந்தபுரம்) பாடப்படும் வடிவம்

மணிமங்கலம் தோற்றப்பாட்டு.

துணை நூற்கள்

- அறிவு நம்பி (1980) கூத்தும் சிலம்பும் அறிவகம், காரைக்குடி.
- இராகவையங்கார். மு. (1964) ஆராய்ச்சித் தொகுதி, பாரி நிலையம், சென்னை.
- கிருஷ்ணன் குட்டிப்புலவர் செ.எல் (1983) அயோத்தி காண்டம் சங்கீத நாடக அகதமி புதுதில்லி
- சாமிநாத அய்யர் உ.வே.சா. 1960 சிலப்பதிகார மூலமும் அரும்பத உரையும், அடியார்க்கு நல்லார் உரையும் சென்னை.
- டாக்டர் நசீம்தீன் 1992 கோவலன் சரித்திரம், அன்னம் ‘சிவகங்கை’ புகழேந்திப் புலவர், 1962 கோவலன் சரித்திரம் சென்னை.
- வையாபுரிப்பிள்ளை (1962) இலக்கிய மணிமாலை, தமிழ்ப் புத்தகாலயம் சென்னை.

உங்கள் நூலகம்: நவம்பர், 2020

4. பிளேக், குளஉடைப்பு பற்றி சிந்து பாடிய கம்பம் கவிஞன்

எண்பதுகளின் இறுதியில் கொடைக்கானல் செம்பானூர் புனித கல்லூரி விடுதியில் நடந்த நாட்டார் வழக்காற்றியல் பயிற்சிப் பட்டறையில் கலந்துகொண்ட போது அங்கிருந்த கல்லூரி அருங்காட்சியக நூலகத்திற்குப் போனேன். தமிழினி பதிப்பகத்திற்காக வேதசாட்சி தேவசகாயம் பிள்ளையைப் பற்றிய செய்திகள் சேகரிக்க வேண்டிய அவசரத்தில் அப்போது இருந்தேன்.

19ஆம் நூற்றாண்டு புத்தகங்கள்

அந்த நூலகத்தில் இருந்த வயதான நூலகரிடம் தேவசகாயம் பிள்ளை பற்றிய நூற்களைக் கேட்டேன். அவர் அள்ளிப்போட்ட கூட்டத்தில் அந்தோணிமுத்துப் பிள்ளையின் புத்தகங்களும் இருந்தன. அவற்றில் 19ஆம் நூற்றாண்டுப் புத்தகங்களும் உண்டு. பெரும்பாலும் எல்லாம் சிறுபிரசுரங்கள். குஜிலி பதிப்பு மாதிரி.

அந்தோணிமுத்து

அந்தோணி முத்துப்பிள்ளை தன் சமகாலத்தில் நடந்த விஷயங் களை (பிளேக் நோய் பரவல், வெள்ளப் பெருக்கு, சல்லிக்கட்டு) நாட்டார் மரபுச் சந்தங்களை அடியொற்றிப் பாடியிருக்கிறார். அவர் எழுதிய கீர்த்தனைகள், நாடகங்கள் பற்றியே அதிகம் முன்னிறுத்தப் படுவதால் அவரின் சிந்துப்பாடல்கள் அறியப்படவில்லை.

அந்தோணிமுத்து தேனி மாவட்டம் உத்தமபாளையம் வட்டம், கம்பம் பகுதியில் அனுமந்தன்பட்டி கிராமத்தில் 1863இல் பிறந்து 1929இல் மறைந்தார். தந்தை சவரிமுத்து சாமிப்பிள்ளை, தாய் சின்னம்மா. கார்காத்த வேளாள மரபினர்.

யாப்பு படித்தவர்

அந்தோணி உள்ளூர் திண்ணைப் பள்ளிக்கூடத்தில் மூன்றாம் வகுப்பு வரைதான் படித்திருக்கிறார். தந்தையின் விவசாயத் தொழிலில் தீவிரமான சமயத்தில் தானாய் தமிழ்ப் படித்திருக்கிறார். இவரது மொத்தப் படைப்புகளைப் படிக்கும்போது இவர் யாப்பு முறையாய் படித்திருக்கிறார் என்று தெரிகிறது. கம்பத்தில் அக்காலத்தில்

பிரபலமாயிருந்த தமிழ்ப் புலவர் மதுரகவி சீனிவாச அய்யங்காருடன் அந்தோணிமுத்துவிற்குத் தொடர்பு உண்டு. பழம் இலக்கியங்களையும் யாப்பையும் படிக்க அய்யங்கார் காரணமாயிருந்திருக்கிறார்.

தமிழ்ப்புலமை

அக்காலத்தில் கம்பம் பகுதியில் உள்ள கிராமங்களில் அழகர்சாமி நாயுடு, சேசாத்திரி நாயுடு, சுப்பையாக்கோன், தங்கம் பிள்ளை, சவரிமுத்துப் பிள்ளை எனத் தமிழ்ப்புலவர்கள் சிலர் இருந்தனர். இவர்கள் முறையாகத் தமிழ்ப் படித்தவர்கள், புலமை உடையவர்கள். அந்தோணிமுத்து இவர்களுடன் சமமாக அமர்ந்து விவாதிக்கவும் பாடல்கள் இயற்றவும் வல்லமை உடையவராக இருந்தார்.

சங்கீதம் அறிந்தவர்

இவருக்கு சங்கீத ஞானம் உண்டு. இவரது பாடல்கள் சிலவற்றில் ராகதாளங்கள் உண்டு. இவர் சங்கீதம் யாரிடம் படித்தார் என்பதெல்லாம் தெரியவில்லை. ஆனால், இசையுடன் பாடியிருக்கிறார்.

நாட்டார் மரபு

இவர் எழுதிய பாடல்களில் பெரும்பாலானவை நாட்டார் மரபு சார்ந்த சந்தம் உடையவை. இவர் கத்தோலிக்க மரபுவழி இலக்கியங்களை நுட்பமாய் அறிந்திருக்கிறார். இவர் எழுதிய இரட்சண்ய சிந்து தலைப்பில் உள்ள பாடல்கள் தேம்பாவணியின் சாரம் எனக் கூறலாம். இதில் சில பாடல்கள் அண்ணாமலை செட்டியாரின் காவடிச்சிந்து வடிவத்தை ஒட்டி எழுதப்பட்டவை.

தேம்பாவணி விளக்கம்

அந்தோணிமுத்து தன் சொந்த ஊரான அனுமந்தம்பட்டியிலும் அதைச் சுற்றியிருந்த கிராமங்களிலும் தேம்பாவணி என்னும் காவியத்தைக் கொண்டு சென்றிருக்கிறார். பண்டித சவரிமுத்துப் பிள்ளை என்பவர் தேம்பாவணியின் மூலப்பாடலை ராகத்துடன் பாட அந்தோணி முத்து அதற்கு உரையும் விளக்கமும் சொல்லியிருக்கிறார். இச்செய்தி சுற்றுவட்டாரங்களில் பரவியதும் இவரை அவர்கள் விரும்பி அழைத்திருக்கின்றனர். இந்த நிகழ்ச்சிகளுக்குச் சன்மானமும் பெற்றிருக்கிறார்.

பாஸ்கா பாடல்கள்

கம்பம் பகுதியில் உள்ள ஊர்களில் புனித சவேரியார் விழா நடக்கும்போது ஊர்வலம் வரும் சப்பரத்தின் முன்னே பாடுவதற்கென்றே புனிதர்களைப் பற்றிய இசைப்பாடல்களை அந்தோணி இயற்றியிருக்கிறார். அப்போது உத்தமபாளையம் வட்டத்தில் உள்ள

இராயப்பன்பட்டியில் பாஸ்கா நாடகம் - நடந்தது. பாஸ்கா (Pascha) என்பது Passian Play எனப்படும்.

இந்த நாடக வகை கி.பி. 1581இல் அறிமுகமானது. இது தமிழ்த் தெருக்கூத்தும் போர்ச்சுக்கீசிய நாடகமும் கலந்தது. இந்த நாடகத்தில் இயேசுவின் இறப்பு தத்ரூபமாகக் காட்டப்படும். பாஸ்கா நாடகப் பாடல்களை எழுதியதற்காக இரண்டு சவரன் சன்மானம் பெற்றிருக் கிறார் அந்தோணி.

நிலம் பரிசு

கம்பம் பள்ளத்தாக்கில் உள்ள கோகிலாபுரம் என்ற கிராமத்தில் பொன்னுசாமித் தேவர் என்ற பெரும் செல்வந்தர் இருந்தார். அவரது மகனின் திருமணத்தில் மணமக்களைப் பாராட்டி அறிவுறுத்தி நீண்ட வாழ்த்துப் பாடல்கள் பாடினார் அந்தோணி. தேவருக்கு மகிழ்ச்சி தாங்க முடியவில்லை. அந்தோணியாருக்கு இரண்டரை ஏக்கர் நிலம் தானமாகக் கொடுத்தாராம்.

அணி இலக்கணம்

அந்தோணியார் யாப்பு, தண்டியலங்காரம், மாறனலங்காரம் போன்ற இலக்கண நூற்களைப் படித்திருக்கிறார். ஒரு பொருளைக் கொடுத்துப் பாடச் சொன்னால் அடுத்த நிமிடமே இசையுடன் பாட ஆரம்பித்து விடுவாராம். இதனால் ஆசுகவி, மதுரகவி என்றெல்லாம் புகழப்பட்டிருக்கிறார். இவர் சித்திரக்கவிகள் ரத பந்தனம், நாக பந்தனம் முதலிய வடிவங்களில் பாடல்கள் எழுதியிருக்கிறார். இவர் எழுதிய நூற்கள் திரு இரட்சண்ய சிந்து, சரம கவிதைகள், கீர்த்தனைகள், கவர்னர் வரவேற்பு சிந்து, பிளேக் சிந்து, பிளேக் நொண்டிச் சிந்து, கம்பம் தாக்கப்பன் குள உடைப்பு சிந்து, சல்லிக்கட்டு சிந்து, புதுக்கால் சிந்து, தேவசகாயம் பிள்ளை நாடகம், எஸ்தாக்கியார் நாடகம், மர்த்தீன் நாடகம் அல்லது ஆட்டு வணிகன் நாடகம் ஆகியன.

அச்சில் வந்தவை

இவை தவிர புனிதர்களின் சொருபங்களின் முன்னே பாடுவதற்கு எழுதப்பட்ட இசைப்பாடல்களும் தேம்பாவணி விளக்கம் போன்றவை முழுதும் அடையாளம் காணப்படவில்லை, கிடைக்கவும் இல்லை.

இந்தப் படைப்புகளில் தேவசகாயம் பிள்ளை நாடகம் 1910இல் வடக்கன்குளம் இளைஞர் அமைப்பின் வழி வெளியிடப்பட்டிருக்கிறது. எஸ்தாக்கியார் நாடகம் கோயம்புத்தூர் கத்தோலிக்க பிரபுக்கள் முயற்சியால் 1909இல் வெளிவந்தது. பிற படைப்புகள் எல்லாம் 1920க்கு வெளிவந்திருக்கின்றன. இவரது தேர்ந்தெடுத்த பாடல்களை,

இவரது பேரன் அருள்பணி ஞா. பாக்கியராஜ், சே.ச., அவர்கள் வெளியிட்டுள்ளார். இந்நூல் இப்போது கிடைப்பதில்லை.

சல்லிக்கட்டு சிந்து

அந்தோணி முத்து எழுதிய சல்லிக்கட்டு சிந்து 24 பாடல்களைக் கொண்டது. உத்தமபாளையத்தில் ஒரு தைப்பொங்கல் விழாவில் அந்த ஊர் பிரமுகர் கருத்த ராவுத்தர் (இவர் பேரில் ஒரு கல்லூரி உள்ளது) தன் சொந்தச் செலவில் சல்லிக்கட்டு நடத்தியிருக்கிறார். இது 1905 - 07 ஆண்டுகளுக்குள் நடந்திருக்கலாம். சல்லிக்கட்டில் காளை களின் போக்கு மக்களின் உற்சாகம் எல்லாம் சுவையாகப் பதிவு செய்யப்பட்டுள்ளன. சல்லிக்கட்டில் கலந்து கொண்டவர்கள் எல்லோருக்கும் கருத்தராவுத்தர் சன்மானம் கொடுத்திருக்கிறார்.

அரிதான மாடு பிடித்தோர்க்கும் வேட்டி

அரை மொட்டைக் காளையைப்
பிடித்தோர்க்கும் வேட்டி
கருத்த ராவுத்தர் புகழைப் பாராட்டி
கணக்கின்றி வாங்கினார்கள் கையை நீட்டி

என்கிறார் ஆசிரியர்.

பிளேக் சிந்துகள்

1920-24ஆம் ஆண்டுகளில் தேனியைச் சுற்றியுள்ள பல கிராமங் களில் பரவிய பிளேக் நோயால் பலர் இறந்திருக்கின்றனர். இது குறித்து பிளேக் சிந்து (46 பாடல்கள்), நொண்டிச் சிந்து (43 கண்ணிகள்) என இரண்டு சிறு பிரசுரங்களை வெளியிட்டிருக்கிறார் (1924).

இச்சிறு நூலில் கம்பம் பகுதியில் எந்தெந்தக் கிராமங்களில் பிளேக் நோய் பரவியது. உதவியவர்கள் யாவர்; இறந்தவர்களை எப்படிப் புதைத்தார்கள் என்பன பற்றிய செய்திகள் உள்ளன. மதுரை மேனுவலில் (தேனி அப்போது மதுரை மாவட்டத்தில் இருந்தது) இல்லாத செய்திகள் இந்நூலில் உள்ளன.

உத்தமபாளையத்தில் 4000 பேர், சின்னமனூரில் 2000 பேர், கோம்பை நகரில் 500 பேர், கோவிலாபுரத்தில் 50 பேர், மேலும் இராயப்பன்பட்டி, அனமந்தன் பட்டி, பாளையம்பதி போன்ற ஊர்களில் ஆயிரக்கணக்கில் பிளேக்குக்குப் பலியாயினர். இந்தச் சமயத்தில் கருத்தராவுத்தர் மக்களுக்கு தாமாக முன்வந்து உதவி செய்தார். தனியாக ஒரு கம்பவுண்டரை ஏற்பாடு செய்து தடுப்பூசி போடச்செய்தார். மருந்து வாங்கவும் வேறு செலவுகளுக்கும் பணம் கொடுத்தார். இதை அந்தோணி முத்து,

மருந்தின்றி ஏழைச்சனங்கள் அனுதினமும்
மடிவதைக் கண்டு மனமிரங்கி
மிக்க தரும குணவான் - முகம்மது
மீராவெனும் கருத்த ராவுத்தரும்
....
பூமான் கருத்த ராவுத்தர் செய்கின்ற
புண்ணியமே நிலைத்திருக்கும்
கண்ணியமென்பார்
இவரல்லவோ மனித ஜென்மம்

என்று பாடுகிறார். ராவுத்தருடன் சாமுவெல் என்பவரும் (Sub Magistrate) உதவியிருக்கிறார்.

பிளேக் ஐரோப்பாவிலிருந்து பம்பாய் வழி கோயம்புத்தூருக்கு வந்து தேனியில் பரவியது. தேனியில் பிளேக் உச்சக்கட்டத்திலிருந்த போது (ஐப்பசி மாதம்) அடமழை பெய்தது. வீடுகள் உடைந்தன; வீட்டுச் சாமான்கள் மிதந்தன. பிணங்களும் மிதந்தன.

அரசு அதிகாரிகள் உதவி செய்தது மாதிரி செய்திகளைக் கிளப்பிவிட்டனர். போலீசார் கம்பத்தைச் சுற்றிய கிராமங்களில் எஞ்சியிருந்த சிலரிடம் வீட்டைக் காலி செய்துவிட்டுப் போங்கள் எனக் கட்டாயப்படுத்தினர்.

நரிகளும் கழுதைப் புலிகளும் பகலிலேயே கிராமங்களில் நடமாடின. எங்கும் பிணவாடை. திருடர்களுக்குக் கொண்டாட்டம். பகலிலேயே பாத்திர பண்டங்களைக் கவர்ந்து சென்றனர். காவல் துறை இதற்கு நடவடிக்கை எடுக்கவில்லை.

பிணங்களை எரிக்க காய்ந்த விறகு கிடைக்காமல் குழி தோண்டிப் புதைத்தனர். குழி வெட்ட ஆளில்லை. ஒரே குழியில் இரண்டு மூன்று பிணங்களைப் போட்டு மண்ணைத் தள்ளினர். பிளேக் சாதிமத வேறுபாட்டை உடைத்துவிட்டது. மதச்சடங்குகள் இல்லாமலே பிணங்கள் அடக்கப்பட்டன. இதை விமர்சித்து வம்புபேசும் ஆட்களும் அடங்கிப் போனார்கள்.

குள உடைப்பு சிந்து

கம்பத்தில் 1909 ஆம் ஆண்டு ஐப்பசி மாதம் 13ஆம் தேதி பெருமழை பெய்தது. தொடர்ந்து பெய்த மழையால் வெள்ளம் வீடுகளில் புகுந்தது. அடுத்த நாள் புதன்கிழமை இரவு கம்பம் நகருக்கு மேற்கே உள்ள தாத்தப்பன் குளம் உடைந்து வெள்ளம் பெருக்கெடுத்து

ஊருக்குள் புகுந்தது. வெள்ளம் தாத்தப்பன் கோவில் கல்மண்டபத்தைச் சாய்த்தது. இதே நேரத்தில் நாய்க்கன் குளமும் உடைந்தது. அடுத்தநாள் காலை வரை வெள்ளம் வடியவில்லை. உயிர் சேதம், பொருள் சேதம், கால்நடைகள் சேதம் எனச் சொல்லி மாளாது.

தாத்தப்பன் குளம், நாய்க்கன் குளம் உடைப்பு சேதம் பற்றி 20 பாடல்களில் ஒரு சிந்து எழுதியிருக்கிறார் அந்தோணி முத்து. இதன் இணைப்பாக மனோரஞ்சித அலங்கார மெட்டில் 10 தெம்மாங்குப் பாட்டுகளும் உண்டு.

புதுக்கால் சிந்து

கம்பம் குளம் உடைந்த பின்னர் அணையிலிருந்து புதிய கால் வெட்ட பொதுமக்களிடமிருந்து கோரிக்கை வந்தது. புதுக்கால்களும் வெட்டப்பட்டன. 1910-11இல் நடந்த இந்நிகழ்ச்சி பற்றி அந்தோணி முத்து புதுக்கால் சிந்து என்ற தலைப்பில் 40 பாடல்கள் வெளி யிட்டிருக்கிறார். இதன் இணைப்பில் 3 கண்ணிகள் கொண்ட 9 பாடல்கள் உள்ளன.

புதுக்கால் வெட்டவேண்டும் என்ற ஆலோசனை கூறப்பட்ட திலிருந்து தொடர்ந்து முயற்சி எடுத்தவர்கள் பொதுமக்களே. அதிலும் தியாகராஜ முதலியார் மகன் சுப்பிரமணிய முதலியார் பெரும் பணம் செலவழித்திருக்கிறார். மேலும் சுருளியில் அணைகட்ட முயற்சித்தவரும் இவரே.

கீர்த்தனைகள்

அந்தோணி முத்து, விழாக்களிலும் ஊர்வலங்களிலும் பாடுவதற் கென்றே கீர்த்தனைப் பாடல்கள் எழுதியிருக்கிறார். இவை பெரும் பாலும் புனிதர்களைப் பற்றியவை. இப்பாடல்களின் மெட்டுகள் - அக்காலத்தில் (1900 - 1925) பிரபலமாயிருந்த அரசியல் தலைவர்களைப் பற்றிய பாடல்களைப் பின்பற்றியவை (காந்தி மகான் வந்தாரே, சுயராஜ்யம் தூரமில்லை). சில பாடல்கள் நாட்டார் மரபிலிருந்து எடுக்கப்பட்டவை. (தசரத ராஜகுமாரா, பாண்டி மீனாட்சியே, வேலாவள்ளி மணாளா)

நாடகங்கள்

இவர் எழுதிய மூன்று நாடகங்களுமே கம்பம் வட்டார கிராமங்களில் நடிக்கப்பட்டிருக்கின்றன. ஒரு நாடகம் 3 முதல் 4 நாட்கள் வரை நடந்திருக்கிறது. பாடலும் வசனமும் கலந்த இந்த நாடகத்தை நடித்தவர்கள் உள்ளூர்க்காரர்களே. இவரது தேவசகாயம் பிள்ளை நாடகப் பிரதி ஈழத்தில் கிடைத்த செய்தியை ஒருமுறை

பத்மநாப அய்யர் சொன்னார். கன்னியாகுமரி மாவட்டம் தோவாளை வட்டம் காற்றாடி மலை விழாவில் இந்த நாடகம் நடிக்கப்பட்டிருக்கிறது. அந்தோணி முத்துவின் பாடல்கள் படிக்க சிரமம் என்பதால் இதைப் பயன்படுத்தவில்லை என்பதை 70களில் கேட்டிருக்கிறேன்.

அந்தோணி முத்து கத்தோலிக்கர்தான். அவருக்கு கருத்த ராவுத்தரையோ சுப்பிரமணிய முதலியாரையோ பாராட்டுவதில் தயக்கம் இல்லை. இந்து புராண இதிகாசங்களிலிருந்து சில தொன்மங்களை (ஆதிசேஷன், ஆலவாய் அடிகள்) பயன்படுத்துவதில் வெறுப்பில்லை.

உங்கள் நூலகம்: ஜூலை, 2019

5. சீதளா அம்மனும் கொரானா தேவியும்

திரிசிரபுரம் மீனாட்சி சுந்தரம் பிள்ளை திருவாவடுதுறை ஆதீனத்தில் பெரியபுராணத்திற்கு பாடம் நடத்திக் கொண்டிருந்த போதுதான் உ.வே. சாமிநாத அய்யருக்கு உடம்பில் கொப்புளம் கண்டது. உடனே ஆதீனத் தம்புரான் அவரை வளைந்த மூங்கில் பல்லக்கில் ஏற்றி சூரிய மூலை வீட்டிற்கு அனுப்ப ஏற்பாடு செய்தார். அந்தப் பல்லக்கு மூடப்படாதது. அதை உ.வே.சாவின் வீட்டிற்குக் கொண்டு செல்லவில்லை. ஒரு தென்னந்தோப்பில் பல்லக்கை இறக்கினார்கள். பின் யாரும் குடியிருக்காத ஒரு வீட்டில் அவரை படுக்க வைத்தனர். உ.வே.சாவுக்கு வந்த அம்மைநோயின் பெயர் பனைஏறி அம்மை. இது 1872 ஆம் ஆண்டு நிகழ்வு.

பெரியம்மை

பொதுவாக பெரியம்மை (Small box) என்று நாம் சொல்லுகிற வியாதியை வைசூரி, வசூரி, பசூரி, மசூரிகா, குருநோய், தட்டம்மை, அம்மை எனப் பல்வேறு பெயர்களில் அழைக்கிறார்கள். மாரியம்மை தாலாட்டு (சுப்பையா நாடார், திருநெல்வேலி பாலம் 1872) பெரியம்மையின் வகைகளைப் பட்டியல் இடுகிறது.

இந்தப் பட்டியலில் உள்ளவை எல்லாம் தானியங்கள், பலசரக்கு பொருட்களின் பெயர்கள்தாம். இவற்றில் கடுகுஅம்மை, வரகு அம்மை, மிளகு அம்மை, வெந்தய அம்மை என்பவை தவிர வேறு தானியங்களின் பெயர்களில் அமைந்தவைகளும் உண்டு. இவை நோயின் தன்மையால் குறிக்கப்பட்டவை அல்ல. தொன்மையான கதைகளிலிருந்து எடுக்கப்பட்டவை.

மந்திரமே மருந்து

தமிழகத்தில் நாட்டு வைத்தியம் கைவைத்தியம், பாட்டி வைத்தியம், என்பவை எல்லாம் சித்த வைத்தியத்திலும் ஆயுர்வேதத் திலும் சொல்லப்பட்டவை; வாய்மொழியாகப் பரவியவைதாம். வியாதியைத் தெய்வத்துடன் இணைப்பது மருந்து அல்லாத வழியைத் தேடுவது என்ற நடைமுறை இன்றும் தொடருகிறது. விஷ ஜந்துகள் கடித்ததும் மந்திரம் ஓதுவதும் வயிற்றுவலி, வாயுபிடிப்பு எனச் சில

வியாதிகளுக்கு மந்திரம் ஓதுவதும் என்பவை இன்றும் நடைமுறையில் உள்ளன. இப்படி செய்பவர்கள் அந்த வியாதிக்கு மட்டும் வைத்தியம் செய்பவராய் இருப்பர், பாம்புகடிக்கு மந்திரம் மூலம் நிவர்த்தி செய்பவர் வயிற்றுவலியைக் குணமாக்கமாட்டார்.

காலரா

இவை அல்லாமல் சிறப்பு வியாதிகள், கொள்ளை வியாதிகள் தொற்று வியாதிகளுக்கு முறையாக வைத்தியம் செய்யப்படவில்லை. மாட்டு வாகட நூல் ஒன்றின் (விருதுப்பட்டி 1902) பின்னிணைப்பில் உள்ள பாடல்கள் பெரியம்மைக்கு வைத்தியம் கிடையாது. நோயாளி யைத் தனியாக்க வேண்டும் என்று கூறுகின்றன.

என்றாலும் காலரா போன்ற வியாதிகளுக்கு வைத்தியம் செய்யப்பட்டதை மாட்டு வாகடம் நூலின் பின்னிணைப்பு கூறுகிறது. முள்ளம் பன்றியின் கல்லீரல் சூப்புடன் எலுமிச்சம்பழம் சாற்றைக் கலந்து குடித்தால் காலரா குணமாகுமாம். இதனால் காலரா பரவிய காலத்தில் முள்ளம்பன்றி வேட்டை சகஜமாயிருந்தது. காலராவுக்கு இன்னொரு வைத்தியம் சண்டாள மருந்து. அதாவது காலரா வந்தவர் செத்துப்போவார் என்று தெரிந்ததும் கடைசியாகக் கொடுக்கப்படும் மருந்து, காந்தாரி மிளகை அரைத்துக் கொடுப்பது அந்த மருந்து. இது கிருமிகளைக் கொல்லும் என்பது நம்பிக்கை.

வேகமாகப் பரவும் ஒரு வியாதி பற்றிய உண்மை அறிவைவிட அது பற்றிய தொன்மம், வதந்திகள் எல்லாம் வேகமாகப் பரவிவிடும் என்பதற்கு பிளேக் சிந்து, பெரியம்மை தாலாட்டு போன்ற நாட்டார் பாடல்களில் சான்று உள்ளன. இவற்றின் இடங்களை இன்று வாட்சப், முகநூல் பிடித்துக் கொண்டுள்ளன.

மஞ்சள்

பெரியம்மை நோயைத் தாய்த்தெய்வத்துடன் தொடர்பு படுத்துவது பரவலாக இருந்தது. இந்நோயுடன் மஞ்சள் நிறத்துடன் தொடர்புபடுத்துவது போல் எகிப்தில் சிவப்பு வண்ணத்துடன் தொடர்புபடுத்தினர். இதே நம்பிக்கை ஜப்பானில் இருந்தது. அதனால் பெரியம்மை வந்த நோயாளிக்கு சிவப்பு ஆடையை உடுக்கும் வழக்கம் ஜப்பானில் உண்டு. இதெல்லாம் முந்திய கால நிகழ்வுகள்.

சீதளா அம்மன்

வட இந்தியாவில் பரவலாக அறியப்பட்ட சீதள அம்மன் வெப்பு நோய்க்கு உரியவள். பீகாரில் இவள் குழந்தைகளின் வயதுக்கேற்ப வெப்பு நோயைக் கொடுக்கிறாள். அந்த நோய்க்கு ஏற்ப பெயரும்

பெற்றான். அதாவது குழந்தையின் ஏழாம் வயதில் வெப்பு நோயை உண்டாக்கும் சீதளாவை பலமாதா, பான் சகிமாதா என்றும் பதினைந்து வயதுக்குழந்தைக்கு நோய் கொடுப்பவளைப் பாடிமாதா என்றும் வயதானவர்களுக்கு நோய் கொடுப்பவளைக் குல சீலா மாதா என்றும் அழைக்கின்றனர்.

உத்திரப் பிரதேசம், பஞ்சாப் ஆகிய மாநில கிராமங்களில் வடிவமற்ற தெய்வமாக வழிநடைப்பாதைகளில் இடம்பெறும் சீதளம்மா, அஸ்ஸாமில் சப்தகன்னிகைகளில் ஒருத்தியாக, ஓரீசாவில் தாக்குறனி என்றும் அழைக்கப்படுகிறாள். வங்காளத்தில் சாண்டி, ராட்சசகாளி என்றும் பல பெயர்களில் வழிபாடு பெறுகிறாள்.

மைசூரில் சகஜம்மா, பெல்லாரியில் சங்கஸம்மா கர்நாடகாவிலும் ஆந்திராவிலும் பிருகு முனிவரின் மனைவி, அத்ரி அனுசூயையுடன் தொடர்புடையவளாகக் காணப்படுகிறாள். இப்படியாக இந்தியா முழுக்க வெப்புநோய் தெய்வமாக சீதளா இருக்கிறாள்.

ஜேஷ்டா:

ஜே.என். பானர்ஜி கருத்துப்படி ஜேஷ்டா தேவி சீதளாவுடன் ஐக்கியமானவள். தமிழில் இவளைப் பெரியம்மை என்றும் சொல்லுவர். கம்பர் தனிப்பாடல் ஒன்று மட்டும் “பெரியம்மை” என்று ஜேஷ்டாவைக் குறிப்பிடும். கிராமங்களில் மூதேவி என்பார்கள். இப்படியாக மொத்த இந்தியாவின் வெப்புநோய் சீதளாதேவி அல்லது வட்டார ரீதியான பெண் தெய்வத்துடன் தொடர்புடையது என்கிறார் ஜே.என். பானர்ஜி.

சிலப்பதிகாரத்தில்

தமிழகத்தில் பெண் தெய்வத்திற்கும் வெப்புநோய்க்கும் உள்ள உறவு வடஇந்திய தொடர்பால் வந்ததல்ல. சிலப்பதிகார காவிய காலத்திலிருந்தே இது தொடருகிறது. சிலப்பதிகாரம் உரை பெறு கட்டுரையில் பாண்டிநாட்டில் - வெப்புநோயும் குருகும் தொடர்ந்த தால் கொற்கைப் பாண்டியன் கண்ணகிக்கு விழா எடுத்தான். மழை பெய்தது; நோய் தீர்ந்தது. இங்கு வெப்புநோயாகக் குரு குறிப்பிடப் படுகிறது. பெரியம்மைக்கு குரு என்ற பெயர் வழக்கில் உண்டு. குரு என்பதற்கு வாதை என்ற பொருளும் உண்டு. தென் மாவட்டக் கதைப்பாடல்களில் இது விரிவான கதையாக வருகிறது.

தமிழகத்தில்

வட இந்திய சீதள தெய்வத்திற்கு சமமான வேறு தெய்வங்கள் உள்ளன. தஞ்சை மாவட்டம் ஒழுகை மங்கலத்தில் வழிபாடு பெறும்

மகாமாரி அம்மனை சீதள பரமேஸ்வரி என்றும் கூறுகின்றனர். வட தமிழகத்தில் உள்ள ரேணுகா தேவி, மாரியம்மன், தென்மாவட்டங்களில் வழிபாடு பெறும் முத்தாரம்மன், சந்தனமாரி, பிரம்மசக்தி என்னும் தெய்வங்களைச் சொல்லலாம் தென்னிந்திய சீதளதேவி தண்ணீருடன் தொடர்புடைய திராவிடத் தெய்வமாக இருக்கிறாள்.

முத்தாரம்மன்

தென்மாவட்டங்களில் மிகவும் பிரபலமாக உள்ள முத்தாரம்மன்- வெப்புநோயை உண்டாக்குபவளாக அறிமுகப்படுத்தப்படுகிறாள். பார்வதியின் அம்சமான இவளுக்கு வெப்பு நோய் வித்துகளை வரமாகக் கொடுக்கிறார் சிவன். இந்த இடத்தில் பெரியம்மையின் பெயர்கள் எல்லாம் நவதானியங்கள், நெல்வகைகளின் பெயர்களே வருகின்றன.

> **சிறுமண்ணன் பெருமண்ணன்**
> **திரண்ட மண்ணன் உருண்டை மண்ணன்**
> **பெரும்பயிறு காணவிதை சிறந்த நல்ல கருந்தினையாம்**
> **செந்தினையாம் காடக்கண்ணி பெருஞ்சோழன் கம்பும் புல்லு**

என இப்படியாக ஒரு பட்டியலையும் வகுத்து 66-க்கு மேல் நெல் வகைகளின் பெயர்களையும் தருகிறது.

முத்தாரம்மன் கதை 18ஆம் நூற்றாண்டினது, 1896-இல் அச்சாயிருக்கிறது. பெரியம்மையின் வகையை முத்தாரம்மன் கதை மட்டுமல்ல அனந்தாயி ஏடு, பொன்னிறத்தாள் கதை என வேறு சில கதைப் பாடல்களும் கூறுகின்றன. அகால மரணமடைந்து இவளிடம் வரம்பெற்ற பெண் தெய்வங்கள் இவளிடமும் பார்வதியிடமும் வரம் வாங்கும்போது “வெப்புநோயை” உண்டாக்க வரம் கேட்பதான செய்தி உள்ளது.

தமிழகத்தில் ஆரம்பகாலத்தில் வெப்புநோய் தொடர்பாக பேசப் பட்ட கண்ணகி வழிபாட்டின் எச்சத்தை கேரளத்தில் தேடமுடியும்.

வசூரிமாலா

கேரளம், திரிசூர் மாவட்டம் கொடுங்கல்லூர் கோவிலில் உள்ள பரிவாரத் தெய்வங்களுள் சேத்திரபாலன், வசூரிமாலா இரண்டும் தமிழ் பண்பாட்டுடன் தொடர்புடையன. சேத்திரபாலனை சிலப்பதிகாரம் கூறும் சதுக்கபூதம் என்கிறார் பேரா. கிருஷ்ணசுவாமி அய்யங்கார்; வட்டார வழக்கிலும் வாய்மொழி வழக்கிலும் கோவலன் என்கின்றனர்.

வசூரிமாலாவை ஒற்றை முலைச்சியம்மன், (ஒரு மார்பு) குறும்பாதேவி (குறும்பரின் தெய்வம்) சாமுண்டி, கண்ணகி என்று கூறுகின்றனர். வடகேரளமரபில் இவள் கண்ணகியாகவே கொள்ளப் படுகிறாள்.

"வசூரிமாலா" (கண்ணகி) கோவில் வளாகத்தில் வடக்கு நோக்கி இருக்கிறாள். அமர்ந்த கோலம், கல்சிற்பம். கழுத்தில் செம்மறியாட்டுக் குட்டி இத்தெய்வத்துடன் தொடர்புடையது செம்மறியாடு. இதை வளர்ப்பவர் குறும்பர். இதனால் இது குறும்பாடு எனப்படும். கண்ணகியை மலையில் முதலில் கண்டவர் குறும்பர், கேரளத்தில் கண்ணகியைக் குறும்பாதேவி என்பர். குறும்பாதேவி ஆலயங்கள் கண்ணகி ஆலயங்களே.

மலையாள தோற்றம் பாட்டில் வசூரிமாலா பற்றிய தகவல்கள் உள்ளன. தெய்யம் கெட்டு ஆட்டத்தில் வசூரிமாலா வேடமிட்டு ஆடுகின்றனர். கேரளக்கதைப்படி தாருகனின் மனைவி மனோகரியே வசூரியைப் பரப்புகிறாள், காளி தடுக்கிறாள்; காளியின் இடத்தில் கண்ணகி இருக்கிறாள். இந்தப் பண்டைய மரபின் எச்சம் கேரளத்தில் தொடருகிறது.

பாணர் என்றும் கேரளப் பழங்குடி மக்களின் பாடல்களில் கண்ணகி வெப்புநோய் தெய்வமாக வருணிக்கப்படுகிறாள்.

கொடுங்காளி பகவதி நிங்களுட நேர் இளயம்ம
ஒற்றமுலச்சி காளி நிங்களுட கூடயுள்ள வனே

என்பது வசூரிமாலாவின் தோற்றம் பாட்டு.

இப்படியாக வெப்புநோயைப் பற்றிய நம்பிக்கையும், இந்நோய் தொடர்பான சடங்குகளும் மெல்ல மறைந்து கொண்டு வருவதற்கு ஒரு பின்னணி உண்டு. பெரியம்மை அல்லது வசூரி ஒரு உயிர்க்கொல்லி நோய். 1967 உலக சுகாதார அறிக்கையின்படி இரண்டு மில்லியன் பேர் இறந்திருக்கிறார்கள்.

வசூரிக்கு 1796இல் எட்வர்டு ஜென்னர் என்பவர் மருந்து கண்டுபிடித்துவிட்டார். 1980 மே 8 ஆம் தேதி உலகம் முழுக்க அழிக்கப்பட்டதற்கான அறிக்கையை ஐ.நா. வெளியிட்டது. 1980க்குப் பின்னர் இந்த நோய் முற்றிலும் அழிக்கப்பட்டபின் பழைய தொன்மங்கள் கொஞ்சமாய் மறைந்து வருகின்றன.

கேரளத்தில் கடக்காலில் அனிலன் என்பவர் கோவிட் 19 அம்மன் என்ற பெண் தெய்வத்தைத் தன் பூசை அறையில் வைத்து வழிபாடு செய்வதான செய்தி மலையாள, ஆங்கிலப் பத்திரிகைகளில் வந்துள்ளது. இது இன்னும் பெருகலாம். கொரானாதேவி என்றும் தெய்வத்திற்கு (காளி) கோபம் வந்ததே காளிதேவியின் நம்பிக்கை குறைந்து வருவதே என்றும் கதை உருவாகி வாட்ஸ்அப்பில் பரவ ஆரம்பித்துவிட்டது. எல்லாம் பழைய தொன்மத்தின் தொடர்ச்சி கொரானாவிற்கு மருந்து கண்டுபிடிப்பது வரை இந்தத் தொன்மமும் நம்பிக்கையும் தொடரும்.

காக்கைச் சிறகினிலே: அக்டோபர், 2020

6. தேவதாசிகள் நடத்திய சாரங்கதாரா நாடகம்

எங்கள் ஊர் கேரளத்தில் இருந்த சமயம். ஒரு சிவராத்திரி இரவு, மதுசூதனப் பெருமாள் கோவில் வடகிழக்கு மூலையில் இருந்த நடராஜன் சன்னதி மண்டபத்தில் குஞ்சும் குறுமாலுமாக நிறையபேர் கூடியிருந்தோம். நான்கு யாமங்களிலும் பூஜை; நிவேதனம் உண்டு. இதற்காகவே, கூடும் குழந்தைகள் கூட்டம் இரண்டாம் யாமத்தில் பாதிக்கூட்டம் போய்விடும்.

இரண்டாம் யாம ஆரம்பத்தில் சின்னக்குட்டி எங்களுக்குக் கதை சொல்ல ஆரம்பித்தாள். பஞ்சகல்யாணிக் குதிரையில் ராஜா திருடனைப் பிடிக்கப் போன கதை மட்டும் மனதில் பதிந்தது. சாரங்கதாரா கதையை விரிவாகச் சொன்னதாலோ வருணனையுடன் சொன்னதாலோ அப்போது அது மனதில் பதியவில்லை.

எண்பதுகளின் ஆரம்பத்தில் தேவர்குளம் ஊரில், சின்னக்குட்டியைச் சந்தித்தபோது, சாரங்கதாரா நாடகத்தில் நடித்த நிகழ்ச்சியை நினைவு படுத்திச் சொன்னாள். அப்போது அவளுக்கு 90 வயதுக்கு மேல் இருக்கலாம். நான் தேவதாசி ஒழிப்பிற்குப் (1930) பிறகு அவள் எப்படி நடிக்கப்போனாள் என்ற எண்ணத்துடன் மேலும் பேசியபோது ஒரு விஷயம் புரிந்தது.

தேவதாசி ஒழிப்பிற்குப் பிறகும், அவர்கள் கோவில் கலைநிகழ்ச்சி களிலும் சடங்குகளிலும் பங்கு கொண்டிருக்கிறார்கள். இவர்களுக்கு உபரிச் சம்பளம் கொடுத்துக் கோவில் நிர்வாகம் அழைத்திருக்கிறது. 40களின் இறுதி வரை இந்த நிலை நீடித்திருக்கிறது. திருவிதாங்கூரின் இந்தச் செயல்பாடுகளை கே.கே.பிள்ளை மட்டும் சொல்லி இருக்கிறார்.

தமிழகத்தின் நிலை வேறு, இன்னும் தேவதாசிச் சடங்குகள் தொடருகின்ற ஊர்கள் உண்டு. திருவள்ளூர் மாவட்டத்திலும், திருச்சி விராலிமலையிலும் தேவதாசிகள் சடங்குகளுடன் தொடர்புபடுத்தப் பட்டவர்களாகவே வாழ்கிறார்கள். 2017இல் நான் நடத்திய பேட்டியில் அறிந்தேன். தேவர்குளத்தில் (திருநெல்வேலி மாவட்டம்) நான் சின்னக்குட்டியைப் பேட்டி காண்பதற்காகப் போனபோது சாரங்கதாரா நாடகத்தைப் பற்றிப் பேச்சுவாக்கில் கேட்டேன். அந்தக் கேள்வியும் கே.கே.பிள்ளையின் சுசீந்திரம் புத்தகம் வழி உருவானதுதான்.

டாக்டர் கே.கே.பிள்ளையின் பி.எச்.டி. ஆய்வேடான சுசீந்திரம் தாணுமாலயன் கோவில் என்ற நூல் *1953*இல் வந்தாலும் இதற்குரிய தகவல்களை *1943*க்கு முன்பே திரட்டியிருக்கிறார். அப்போதே இக்கோவிலில் சாரங்கதாரா நாடகம் நடத்தப்பட்ட தகவல்களை விரிவாகச் சேகரித்திருக்கிறார். ஆனால் அவற்றை முழுதும் நூலில் கொடுக்கவில்லை

மாசி மாத சிவராத்திரி விழாவில் இரவு இரண்டாம் ஜாமப் பூசைக்குப் பின்னர் சாரங்கதாரா நாடகம் ஆரம்பமாகும். அப்போது சுசீந்திரம் ஊர் தெற்கு ரத வீதியில் நாயக்கர் கொட்டாரம் அருகே உள்ள பேரம்பலம் கோவிலில் நாடகம் நடந்தது என்கிறார் கே.கே.பிள்ளை *(1953, ப. 234.)*,

இந்த நாடகத்தில் *40*களில் பங்குவகித்த சின்னக்குட்டி என்னிடம் தாணுமாலயன் கோவில் நாடக சாலையில் இந்த நாடகத்தை நடத்தினதாகக் கூறினாள். அந்த நாடகத்தின் சில நிகழ்ச்சிகளை மட்டும் சொல்லிவிட்டு, என்ன பாவம் செய்தாலும் தாணுமாலயன் காப்பாற்றுவான் என்பது இதன் ஐதீகம் என்றாள்.

சாரங்கதாரா நாடகம் திருவிதாங்கூரில் உள்ள பிற கோவில்களில் நடக்கவில்லை. இங்கு மட்டும் ஏன் நடந்தது. இக்கோவிலில் வழிபடுபவர்க்கு எல்லா பாவமும் போகும் என்பது நம்பிக்கை. இந்திரனே தன் பாவத்தைத் தீர்த்த தலம். நம்பூதிரியின் குற்றங்களை விசாரித்து தீர்ப்பு வழங்கிய ஸ்மார்த்த விசாரமும், பிரத்யாயனமும் இங்கேதான் நடந்தன. இதனால்தான் கொடிய பாவம் செய்த ஒருத்தியின் கதை இங்கு நாடகமாகவும் நடத்தப்பட்டிருக்கிறது.

சாரங்கதாரா கதை தெலுங்கு யட்சகானம் வழி தமிழகத்திற்கு வந்திருக்கிறது. ஆந்திராவில் இக்கதை *16*ஆம் நூற்றாண்டிற்கு முன்பே வழக்கில் இருந்தது. 'துவிபத பாகவதம்' என்னும் தெலுங்கு நூலில் இந்தக்கதை பற்றிய குறிப்பு முதலில் வருகிறது என்கின்றனர். இது கி.பி. *1547*ஆம் ஆண்டில் எழுதப்பட்ட கதை. இதை பிற தெலுங்குக் கவிஞர்களும் மேற்கோளாகக் காட்டுகின்றனர்.

சாரங்கதாரன் கதையில் குறிப்பிடப்படும் இடங்கள் ஆந்திரத்தின் தென்பகுதியில் உள்ளவை என்கின்றனர். இந்த நாடகத்தில் வரும் இராஜமகேந்திரபுரம் இன்றைய இராஜமுந்திரியைக் குறிப்பிடும். இதன் பழைய தலைநகர் வேங்கி. சோழப் பேரரசன் முதல் ராஜராஜன் மண உறவு கொண்டிருந்த இடம். சாரங்கதாரா நாடகத்தில் வரும் நிகழ்ச்சிகள் தொடர்பான இடங்கள் இராஜமுந்திரியில் உள்ளன

என்கின்றனர். தமிழகச் சாரங்கதாரன் கதை வடிவத்தில் ஒன்று முதல் ராஜேந்திரன் என்ற பெயரைக் குறிப்பிடுகிறது.

சாரங்கதாரன் கதையின் பொதுவான கதை கீழ்வருமாறு:

இராச மகேந்திரபுரம் என்ற நாட்டின் அரசன் இராசநரேந்திரன் இவனது மூத்த மனைவி ரத்தினாங்கி. இவர்களின் ஒரே மகன் சாரங்கதாரன். இவன் வாலிப பிராயத்தை அடையும் சமயத்தில், அவனது அம்மா ரத்தினாங்கி இறந்து விடுகிறாள். அரசன் கொஞ்சநாள் சோகத்தில் இருந்தான். அமைச்சர்களின் வற்புறுத்தலால் இரண்டாவது கல்யாணம் செய்து கொண்டான். அவளது பெயர் சித்திராங்கி.

அரசனுக்குத் திருமணமாகி ஒன்றிரண்டு ஆண்டுகள் ஆகியிருக்கும். வேட்டைக்குப் போகவேண்டிய சூழ்நிலை வந்தது. போனான். அரண்மனையில் சாரங்கதாரன் தனியே இருந்தான். சித்திராங்கி தனியாக ஒரு மாளிகையில் இருந்தாள். ஒரு நாள் மாலை நேரம். சாரங்கதாரனின் புறா பறந்து சித்திராங்கியின் மாளிகையின் முன்புறச் சோலையில் விழுந்தது. சாரங்கதாரன் அதை எடுக்கப் போனான். தோழன் தடுத்தான். விபரீதம் வரும் வேண்டாம் என்றான். இளவரசன் கேட்கவில்லை. சித்திதானே எனச் சொல்லிவிட்டு அவள் மாளிகைக்குள் நுழைகிறான்.

சித்திக்கு மகன்மீது கொள்ளை ஆசை; அவனை எப்படியும் அனுபவிக்க நினைக்கிறாள். அதற்குத் தருணம் பார்த்துக் கொண்டிருந்தாள். இப்போது மாட்டிக்கொண்டான். அவள் அவனை ஏமாற்றி மாளிகைக்குள் அழைத்துச் சென்றாள். தன் ஆசையை வெளிப்படுத்தினாள்.

அவன், "அய்யோ அம்மா அல்லவா நீ" என்கிறான். அவளோ உன்னை நானா பெற்றேன் எனக்கூறி அவனை இறுக்கி அணைத்தாள். அவன் திமிறினான். அவளைத் தள்ளிவிட்டு ஓடினான். அவள் அவனைப் பிடித்தாள். அவனது மேலங்கி அவளது கையிலகப்பட்டது.

அவன் ஓடிவிட்டான். அவளுக்கு ஆவேசம். அவனைப் பழிவாங்கத் திட்டமிட்டாள். அரசன் வேட்டை முடித்து திரும்பி வரும் வரை காத்திருந்தாள். அரசனிடம் சாரங்கதாரன் தன்னை கட்டாயப்படுத்தி புணர்ந்துவிட்டதாகச் சொல்லுகிறாள். அதற்குச் சாட்சியாக அவனது மேல் அங்கியைக் காட்டுகிறாள்.

அரசன் அவள் சொன்னதை நம்புகிறான். அவள் சொன்ன விதம் அப்படி. சாரங்கதாரனை விசாரிக்கிறான். அவன் மறுக்கிறான். தோழன் அங்கு நடந்ததைச் சொல்லுகிறான். அமைச்சன் சாரங்கனுக்குச் சார்பாய் பேசினான். அரசன் கேட்கவில்லை. சாரங்கதாரனுக்கு இடது காலையும்

வலது கையையும் வெட்டிவிடுமாறு ஆணையிடுகிறான். காவலர் சாரங்கதாரனை காட்டுக்கு அழைத்துச் சென்று தண்டனையை நிறைவேற்றுகின்றனர்.

சித்தர் ஒருவரின் தயவால் தன் உடல் ஊனம் நீங்கப் பெறுகிறான் சாரங்கதாரன். இந்த விஷயம் அரசனுக்குத் தெரிந்தது. அது உண்மையா என அறிய மகனைத் தேடிப் போகும்போது அசரீரி கேட்கிறது. சித்திராங்கதையே குற்றவாளி என அறிவித்தது. அரசன் மறுபடியும் விசாரணை செய்தான். அதில் சித்திராங்கதைதான் குற்றவாளி என நிரூபிக்கப்பட்டது. அவள் உடனே தண்டிக்கப்பட்டாள்.

மறுபடியும் காட்டுக்குச் சென்று மகனை திருப்பி அழைக்கிறான். சாரங்கதாரன் வர மறுத்துவிடுகிறான். தன் தோழனை அரசனாக முடிசூடக் கேட்கிறான். அரசன் அப்படியே செய்தான். பிறகு துறவு பூண்டு கானகம் சென்றான்.

இது சாரங்கதாரன் அம்மானை கூறும் பொதுவான கதை. வாசாப் நாடகத்திலும் இந்தக் கதையே வருகிறது. இக்கதையின் மாறுபட்ட வேறு வடிவங்கள் தமிழகத்தில் உண்டு. இவை தெலுங்கு மூலத்திலிருந்து வேறுபட்டது என்கின்றனர்.

சாரங்கதாரன் வேங்கி நாட்டு அரசன் ராஜராஜ நரேந்திரனின் மகன். பேரழகன். இவனுக்கு அழகான பெண்ணைத் தேர்ந்தெடுக்க ஏற்பாடு செய்யுமாறு அமைச்சனிடம் சொல்லுகிறான். அமைச்சன் சாரங்கதாரனின் ஓவியத்தை வரைந்து தூதர்கள் வழி அனுப்புகிறான். சித்திராங்கி அந்த ஓவியத்தைப் பார்த்து ஆசைப்படுகிறாள். அவளது ஓவியத்தை தூதர் களிடம் அனுப்புகிறாள்.

சித்திராங்கியின் ஓவியத்தைப் பார்த்த அரசனுக்கு அவள் மேல் ஆசை வருகிறது. அவளை அடைய விரும்புகிறான். ஒரு சூழ்ச்சிக்கார அமைச்சன் அதற்கு வழி சொல்லுகிறான். சாரங்கதாரனின் பெயர் பொறித்த உடைவாளை சித்திராங்கிக்கு அனுப்ப வேண்டும். அதற்கு மாலையிடச் செய்து அவளை அழைத்து வரவேண்டும் என்கிறான். அவன் திட்டப்படி எல்லாம் நடக்கிறது. சித்திராங்கி, தான் ஏமாற்றப் பட்டதை அறிந்ததும் தன்னை தனிமைப்படுத்திக் கொள்ளுகிறாள். ஒருநாள் அரசன் வேட்டைக்குச் சென்றபோது சித்திராங்கி, சாரங்கதாரனைத் தன் மாளிகைக்கு அழைக்கிறாள். மீதிக்கதை முன்பு கூறியது போன்றதே.

சாரங்கதாரன் கதை ஆந்திராவிலிருந்து வந்த காலத்தைத் துல்லியமாகக் கூறமுடியாவிட்டாலும் இது பெரும்பாலும் 17ஆம் நூற்றாண்டின் இறுதிக்காலத்தில் வந்திருக்கலாம். ஆந்திராவிலிருந்து

17, 18 ஆம் நூற்றாண்டுகளில் ஆந்திரர்கள் கலை, இலக்கியம் வாய்மொழிக் கதைகள் என பல பண்பாட்டுக் கூறுகள் குடிபெயர்ந்துள்ளன. இந்தப் பட்டியலில் தெனாலிராமன் கதை, நல்லதங்காள் கதை, இரண்டும் பலருக்கும் தெரிந்தவை, நல்லதங்காள் கதை தமிழ் மண்ணுடன் வேரூன்றி விட்டது. இக்கதைக்கு அம்மானை, கூத்து, சினிமா, ரிக்கார்டு வடிவங்கள் மட்டுமல்ல; வழிபாடு, சடங்கு ரீதியான நிகழ்வுகளும் இன்றும் உண்டு.

சாரங்கதாரா கதை யட்சகான வடிவில்தான் முதலில் வந்திருக்கிறது. பின்னர் அம்மானை, வாசாப் நாடகம், கூத்து, திரைப்படம் என வேறு வடிவங்களைப் படிப்படியாகப் பெற்றிருக்கிறது.

யட்சகானம் என்ற நாடக வகை ஆந்திரர் தமிழிற்குக் கொடுத்த கொடை. யட்சகானம் ஆந்திராவில் தோன்றியதற்கான ஒரு கதை உண்டு. இது வட இந்திய மரபிலிருந்து ஆந்திராவிற்கு வந்தது. நேபாளத்தில் கந்தர்வர்கள் என்னும் இனத்தினர் இருந்தனர். இவர்கள் சுவர்க்க உலகிலிருந்து நேபாளத்துக்கு வந்தவர்கள் என்பது அவர்களின் தொன்மம். இவர்களை பிரம்மா நேரடியாகப் படைத்தாராம். இவர்களில் சிலர் கடவுளிடம் தங்களை இரட்சிக்குமாறு வேண்டினர். இவர்கள் யட்சர் எனப்பட்டனர். இவர் தங்களைப் பட்சிக்க வேண்டும் எனக் கேட்டனர். இவர்கள் பட்சர் (அரக்கர்) எனப்பட்டனர்.

யட்சகர் எனப்பட்ட கந்தவர்கள் பாடிய பாடல்கள் யட்சகானம் ஆயிற்று, சமஸ்கிருத மரபிலிருந்து தெலுங்குக்கு வந்த யட்சகானம் கி.பி. 12ஆம் நூற்றாண்டில் வந்திருக்கலாம் என்பர். கி.பி. 16ஆம் நூற்றாண்டில் தெலுங்கில் நூற்றுக்கணக்கில் யட்சகானங்கள் இருந்தன. இது இங்கிருந்து கன்னடம் சென்றது கி.பி. 15ஆம் நூற்றாண்டாய் இருக்கலாம் என்கிறார்கள்.

தமிழக அரசு ஓலைச்சுவடி நூலகத்தில் ஆறு தமிழ் யட்சகான ஏடுகள் உள்ளன. இவை வல்லாளராஜ யட்ச கானம், சிறுத்தொண்டர் யட்ச கானம், நீலியட்ச கானம், நரசிங்க விஜய யட்ச கானம், தேரூந்த யட்சகானம், சாரங்கதாரன் யட்சகானம் ஆகியன. மேலும் இருக்கலாம்.

சாரங்கதாரன் யட்சகான முதல் ஓலையில் ராமசிங்கு படிக்கிற சாரங்கதார யட்ச கானம் என உள்ளது. இது 174 பாடல்களும் 95 வசனப் பகுதிகளையும் உடையது. இது அச்சில் வந்ததாகத் தெரியவில்லை.

சாரங்கதார அம்மானை சித்திராங்க மாலை என்னும் பெயரில் வந்திருக்கிறது (1906), அதன் பதிப்பாசிரியர் ஏகாம்பரநாத முதலியார். இதன் இன்னொரு பதிப்பை சென்னை சூளை துளசிங்க முதலியார் வெளியிட்டிருக்கிறார்.

சென்னை அரசு ஓலைச்சுவடி பாதுகாப்பு மையத்தில் சாரங்கதாரா வாசகப்பா உள்ளது. இதை எழுதிய சிங்காரவேலு முதலியார் வேறு வாசகப்பா நூற்களும் வெளியிட்டுள்ளார். 1909இல் அச்சில் வந்தது. யாழ்ப்பாணத்திலிருந்து வெளிவந்த தேவசகாயம் பிள்ளை வாசகப்பா நூலின் அட்டையில் (யாழ்ப்பாணம் 1908) சாரங்கதாரா வாசகப்பா ஒன்றின் விளம்பரம் உள்ளது.

வாசாப் நாடக வடிவில், சித்திராங்கி நெருப்பில் சாடுவதான முடிவு உள்ளது. இக்கதைப்படி சாரங்கதாரன் அரசனாகிறான்.

சுசீந்திரம் கோவிலில் நடத்தப்பட்ட சாரங்கதாரா நாடகம் யட்சகான வடிவிலிருந்து உருவானது. இதன் ஓலைப்பிரதி வட்டப்பள்ளி மடம் நூலகத்தில் உள்ளது. இது பாட்டு வசனம் கதைப் பாடல்கள் என அமைந்தது, இந்த நாடகத்தில் கதை சொல்லும் முறையில் மாற்றம் உண்டு. முடிவு வித்தியாசமானது. சித்திராங்கி தன் மகன் சாரங்கதாரனை விரும்பிய பாவத்தைத் தீர்க்க சுசீந்திரம் தாணுமாலயன் கோவிலுக்கு வருகிறாள். வழிபடுகிறாள். பாவம் தீர்ந்து திரும்புகிறாள் என முடிகிறது.

தமிழகத்தில் உள்ள வேறு வடிவ நாடகங்கள் தெலுங்கு சாரங்கதாராவைப் பிரதி செய்தவை. ஆந்திர நாடகத்தின் பிதாமகர் என அழைக்கப்படும் தர்மாவரம் கிருஷ்ணமாச்சாரியார் எழுதிய விசார சாரங்கதாரா நாடகம் சென்னையில் 1891இல் நடிக்கப்பட்டிருக்கிறது. அப்போது இந்த நாடகத்தின் கதையை தெலுங்கு அறிந்த தஞ்சை தேவதாசிகள் பிரதி செய்திருக்கின்றனர்.

தெலுங்கு நாடகப் பிதாமகரான கிருஷ்ணமாச்சாரியாரை பம்மல் சம்பந்த முதலியார் சந்தித்திருக்கிறார் (1891), அவர் நடத்திய தெலுங்கு சாரங்கதாரா நாடகத்தைப் பார்த்திருக்கிறார். இதன் அடிப்படையில் சம்பந்த முதலியார் (1879-1964) சாரங்கதாரா என்ற நாடகத்தை எழுதினார் (1912). இது அந்தக் காலத்தில் 198 முறை மேடை ஏறி இருக்கிறது.

சாரங்கதாரா இசை நாடகம் ஒன்று அச்சில் வந்திருக்கிறது. சென்னையில் 1908இல் வெளியானது. இது முழுக்கவும் பாடல் வடிவானது. இதில் அடதாளம், கைதாளம், திரிபுடை எனத் தாளவகைகள் காட்டப்பட்டுள்ளன. இதில் கதைத்தன்மை குறைவு.

தஞ்சை தமிழ்ப் பல்கலைக்கழகத்தின் நாடகப் பேராசிரியராக இருந்த இராமானுஜம், திண்டுக்கல் காந்தி கிராமம் பல்கலைக்கழகப் பேராசிரியர் ஸ்ரீநிவாசனிடமிருந்து பெற்ற நாடகப் பிரதி ஒன்றை என்னிடம் தந்தார். அது மதுரை - ஸ்பெஷல் நாடகக் கம்பெனிக்காரர் நடத்திய நாடகத்தின் பிரதி. இதில் இடையிடையே பாடல்கள் உள்ளன.

சாரங்கதாரன் திரைப்படம் இந்தி, தமிழ் என இரண்டு மொழிகளில் ஒரே சமயத்தில் எடுக்கப்பட்டாலும் முதலில் இந்தி மொழிப் படமே வந்தது (1936). இது படுதோல்வி அடைந்தது. இந்தப் படத்தின் முடிவு சோகமாய் இருந்ததே இதன் தோல்விக்குக் காரணம் என்பதை அறிந்து, தமிழ்ப் படத்தின் முடிவை மாற்றினர்.

1938இல் சுப முடிவுடன் வந்த சாரங்கதாரன் நாடகம் முழு வெற்றி அடைந்தது. இதில் எம்.கே.தியாகராஜ பாகவதர், எஸ்.டி. சுப்புலட்சுமி ஆகியோர் நடித்திருந்தனர். தயாரிப்பு முருகன் டாக்கீஸ். மொத்தம் 41 பாடல்கள். எழுதியவர் பாபநாசம் சிவன். சிவபெருமான் கிருபை வேண்டும், அவதாரம் செய்தறியேன், ஞானகுமாரி நடன சிங்காரி என்னும் பாடல்கள் அப்போது பிரபலமாகப் பேசப்பட்டன.

இந்தப் பாடல்கள் "நவீன சாரங்கதாரா பாட்டுப் புஸ்தகம்" என்னும் தலைப்பில் இலங்கை சிலோன் பிரிண்டர்ஸ் (பார்கர் வீதி கொழும்பு) வழியாக வந்தது. இந்த சினிமாவின் விளம்பரமே சாரங்கதாரன் உயிர்பெற்று அரசாளும் காட்சியுடன் சுபமாக சினிமா முடிகிறது என இருந்தது.

1958இல் ஒரு சாரங்கதாரா சினிமா வந்தது. இதன் இயக்குநர் வி.எஸ்.ராகவன். சிவாஜி, எம்.என் நம்பியார், பி.பானுமதி, ராஜசுலோசனா போன்றோர் நடித்தது. கதை வசனம் எஸ்.டி.சுந்தரம், இசை ஜி.ராமநாதன், பாடல்கள் மருதகாசி, மாரிமுத்தா பிள்ளை, பாடியவர்கள் டி.எம்.எஸ், சீர்காழி. இந்த சினிமாவில் குமாரி கமலாவின் நடனக்காட்சி உண்டு. இந்தப் படத்தின் புகழ்பெற்ற பாடல் 'வசந்தமுல்லை போலே வந்து' என்பது, இப்போதும் கேட்கப்படுவது.

சாரங்கதாரா கிராமபோன் ரிகார்டு, ஸ்பெஷல் நாடகக் கதையைத் தழுவியிருந்தது.

உங்கள் நூலகம்: 2020, செப் - அக்டோபர்

7. ஞானசவுந்தரி கதை அம்மானை - திரைப்படம் தோல்பாவைக் கூத்து - நாடகம்

எழுபதுகளின் ஆரம்பத்தில் கன்னியாகுமரி அருகே மகாதானபுரம் ஊரில் சாதாரண ஓலை வீட்டின் முன், வாகை மரத்தின் நிழலில் கயிற்றுக் கட்டிலில் படுத்துக் கிடந்த கோபாலராவையும் (1882 - 1976). அவரது மூத்த மகன் சுப்பையாராவையும் (1908 - 2003) சந்தித்தபோது நிறையப் பேசினோம்.

கோபாலராவ் அன்று ஞானசவுந்தரி தோல்பாவைக் கூத்து பற்றியும் கொஞ்சம் சொன்னார். தொடர்ந்து பேச அது பற்றிய அறிவும் எனக்கு இல்லை. அவரும் தளர்ந்து இருந்தார்; காது மந்தம். அன்றைய பேச்சின் வழி ஒரு விஷயத்தை மட்டும் அறிந்து கொண்டேன். தோல்பாவைக் கூத்து நிகழ்ச்சியில் இராமாயணம் தவிர பிற கதைகள் எல்லாம் 19, 20ஆம் நூற்றாண்டில்தான் தயாரிக்கப்பட்டன. பார்வையாளர்களின் வேண்டுகோளும் இதற்கு ஒரு காரணம். நல்லதங்காள் கதையும் அப்படி வந்ததுதான் என்பது உண்மையாகிறது.

கோபாலராவின் தந்தை - கிருஷ்ணராவ் (1830 - 1900) காலத்தில் தான் நல்லதங்காள் கதை தோல்பாவைக் கூத்தில் அறிமுகமானது. வாய்மொழியாக இருந்த கதை, ஸ்பெஷல் நாடகக் கதை, அம்மானைக் கதை ஆகியன கூத்துக்குப் பயன்பட்டன. 1935இல் பி.பி.ராவ் இயக்கிய ஏஞ்சல் பிலிம்ஸ் வெளியிட்ட திரைப்படத்தின் காட்சிகளை கோபாலராவ் பயன்படுத்தினார்.

நல்லதங்காள் சினிமா 1955லும் வந்தது. இது ஆர்.எஸ்.மனோகர் நடித்தது. பி.வி.கிருஷ்ணய்யர் இயக்கியது. மருதகாசி பாடல்கள் எழுதினார். எம்.எஸ்.சீர்காழி கோவிந்தராசன், பி.லீலா போன்றோர் பாடினர். கோபாலராவ், பி.லீலா பாடிய 'அன்னையும் தந்தையும் இல்லாத' என்ற பாடலைப் பாடியிருக்கிறார். அது அவரோடு முடிந்தது.

நல்லதங்காள் கூத்துக்கு ஹட்ஹின்ஸ் நாடகக் கோஷ்டியார் தயாரித்த ரிக்கார்டு பாட்டுக்களையே 60களில் பயன்படுத்தினர். ஆனால் ஞானசவுந்தரி கூத்து என்பதற்கு நல்லதங்காள் கூத்து உருவான பின்னணி கிடையாது. ஞானசவுந்தரி கூத்து முழுக்கவும் சினிமாவைப் பார்த்துத் தயாரிக்கப்பட்டது.

கோபாலராவ் ஒருமுறை தோவாளை தாலுகாவில் ஒரு சிறு கிராமத்தில் ஞானசவுந்தரி கதை நடத்தியபோது, ஊர்த் தலைவர், "இதேபோல் நாளையும் இந்தக் கதையை நடத்துங்கள், சென்னை யிலிருந்து ஒருவர் கூத்தைப் பார்க்க வருகிறார்" என்றாராம்.

கோபாலராவ் அடுத்த நாள் கூத்து நடத்த சிறப்பு ஏற்பாடுகளுடன் இருந்தார். பார்வையாளர்களுக்கு இடையூறு இல்லாதவாறு பிரமுகர் உட்கார நாற்காலி போட்டிருந்தார். பிரமுகர் வந்தார்; கூத்து பார்த்தார். கோபாலராவை அழைத்துப் பாராட்டினார். இரண்டு வேட்டி சேலை, கொஞ்சம் பணமும் கொடுத்திருக்கிறார்.

பரமசிவராவுக்கு அப்போது 13 வயது. இந்தப் பழைய கதையைச் சொல்லிவிட்டு அன்று கூத்துப் பார்த்தவர் சிட்டாடல் பிலிம்ஸ் தயாரித்த ஞானசவுந்தரி சினிமாவுக்கு உரையாடல் எழுதியவர்; கடுக்கரை என்ற ஊரினர்; நாஞ்சில் நாடு T. N. ராஜப்பா என்றார்.

இந்த நிகழ்ச்சி நடந்து 2-3 நாட்களில் நாகர்கோவிலில் - நடந்த இலக்கியக் கூட்டம் ஒன்றில் ராஜப்பா பேசியிருக்கிறார். அதில் "ஞானசவுந்தரி பாவைக் கூத்து பார்த்தேன், என் உரையாடல் கதைக்குப் பெருமை சேர்ப்பது மாதிரி கூத்து நடத்தினார் கோபாலராவ் என்றாராம்." இது தொண்டன் இதழில் பதிவாகியிருக்கிறது.

இப்படியாக 80களின் ஆரம்பத்தில் பரமசிவராவ் நடத்திய ஞானசவுந்தரி கூத்தை நான் பார்த்திருந்தாலும் ஞானசவுந்தரி அம்மானையைப் படிக்கவில்லை. எனது பி.எச்டி ஆய்வுக்காகக் கதைப் பாடல் தேடி அலைந்தபோது ஆறுமுகப்பெருமாள் நாடார் வீட்டில் ஞானசவுந்தரி அம்மானை நூலின் ஒரு பிரதியையும் (1979) ஏட்டுப் பிரதியையும் பார்த்தேன். அது என் ஆய்வுப் பரப்பில் இல்லாததால் ஆழ்ந்து படிக்கவில்லை.

"ஞானசவுந்தரி அம்மானை" என்னும் கதைப்பாடல் கன்னியாகுமரி மாவட்டத்தில் 19ஆம் நூற்றாண்டில் வழக்கில் இருந்திருக்கிறது. பெரிய எழுத்து சித்திரபுத்திரன் கதை போல் இந்த அம்மானையை ஒருவன் படிக்க பிறர் கேட்பது என்ற பழக்கம் இருந்திருக்கிறது.

தமிழ் எழுத்து வடிவம் தெரியாத ஆனால் தமிழ் தெரிந்த கத்தோலிக்க மலையாளிகள் இக்கதையை மலையாள எழுத்தில் எழுதிவைத்துப் படித்திருக்கிறார்கள். இது 1945இல் அச்சில் வந்திருக்கிறது. பதிப்பாசிரியர் (பாற சாலை பர்னபாஸ்) இதன் ஒரு பிரதியை மணவாளக்குறிச்சி விக்கிரமன் தம்பியின் வீட்டில் பார்த்திருக்கிறேன்.

இந்த அம்மானையை மலையாளத்தில் மொழிபெயர்க்கும் பணியில் திக்குறிச்சி கங்காதரன் நாயர் இருந்தார் இது வந்ததா என்று தெரியவில்லை. இவர் தமிழிலிருந்து 18க்கு மேற்பட்ட கதைப் பாடல் களை மலையாளத்தில் மொழிபெயர்த் திருக்கிறார். இவை ஒரே நூலாக வந்திருக்கிறது.

ஞானசவுந்தரி அம்மானை எழுதியவரின் ஊரான தளவாய்புரத்தில் பேரா. பிரான்சிஸ் என்பவரின் வீட்டில் தேவசகாயம் பிள்ளையின் நாடக ஏட்டைத் தேடிச் சென்றபோது அதே ஊரில் ஞானசவுந்தரி அம்மானை ஏடு இருப்பதை அறிந்தேன். சென்று கேட்க முடியாத சூழல். பள்ளம், வில்லிக்கீறி என்ற ஊரிலும் அந்த ஏடு உள்ளது என்று ஒருவர் சொன்னார்.

80களில் தேடியிருந்தால் ஒன்று ரெண்டு ஏடுகள் கிடைத்திருக்கும், நான் முயற்சிக்கவில்லை.

இந்த நூல் அம்மானை வடிவிலானது. 3865 வரிகள். 149 விருத்தங்கள். இது மலையாள, பேச்சு வழக்குக் கலப்புடையது. ஆசிரியர் பெயர் நூலில் இல்லை. இது அரங்கேறியது பற்றிய குறிப்பு உண்டு.

அம்மானை பாடி அரங்கேற்ற வைத்த தலம்
இம்மாநிலத்தில் இலங்கும் பெரும் பதியாம்
மந்திக்காட்டூர் தனிலே மாதவத் தோன் கிஷன்
அந்தோணி ஆலயத்தில் அமிர்தனார் சர்குருவின்
திருநாள் கொடி யேறி தேரோட்டம் காணவந்து
இருந்த சபையோனின் இன்னாசி முத்துப்பிள்ளை
சபை எல்லாம் போர்த்த சுவாமிநாதப் புலவர்
சுயவிருப சொல்லெடுத்து துடர்ந்து முகித்த கதை

என்கிறது நூல்.

இங்குக் குறிப்பிடப்படும் மந்திக்காட்டூர் நாகர்கோவில் புனித சிலுவைக் கல்லூரி அருகே உள்ள ஊர்; இங்குள்ள அந்தோணியார் கோவிலில்தான் நூல் அரங்கேறியது என்கிறார் பதிப்பாசிரியர் (தி.நடராசன் 1979 ப.11). இந்தக் கோவில் பேச்சுவழக்கில் குருசடிக் கோவில் எனப்படுகிறது.

இந்தக் கட்டுரை எழுதுமுன் இந்த ஊருக்குப் போனேன். வயதான ஒன்றிரண்டு பேரிடம் பேசினேன். அவர்கள் ஞானசவுந்தரி கதையை அறிந்திருந்தனர். நூல் பற்றியும் சொன்னார்கள். அவர்களின் தகவலின்படி இந்நூல் 19ஆம் நூற்றாண்டில் அரங்கேறியிருக்கலாம் என்று ஊகித்தேன்.

குருசடிக் கோவில் திருவிழாவில் 9ஆம் நாள் தேரோட்ட விழா அன்று மாலையில் பக்தர்கள் முன் இது அரங்கேறியது. அப்போது சத்குரு இன்னாசி முத்துப் பிள்ளையும் சுவாமிநாதப் புலவரும் உடன் இருந்தனர். அதோடு சுவாமிநாதன் முதலடியை எடுத்துக் கொடுக்க ஆசிரியர் நூலைப் படித்தார் என்று நூல் கூறுகிறது.

நூலின் ஆசிரியர் பெயர் தெரியவில்லை என்றாலும் நூல் இயற்றியவரின் ஊர் குறிப்பிடப்படுகிறது.

சிறப்பிலங்கும் கோட்டாற்றுச்
சிறந்த தளவாய்புரத்தில்
சர்வேஸ்வரன் நாமம் தருவனார்
புத்திரன்தான்

என்ற வரிகளில் குறிப்பிடப்படும் 'தளவாய்புரம்' என்ற ஊரைச் சார்ந்தவர் இந்த அம்மானை ஆசிரியர். இது இப்போது நாகர்கோவில் இராமன்புதூர் அருகே உள்ள ஊர். இப்போது கத்தோலிக்கத்தினர் மட்டுமே வாழ்கின்றனர்.

இந்நூல் எழுதப்பட்ட காலத்தை அறிய நூலில் ஒரு சான்று உண்டு.

ஏடெழுத நான் துவங்கி எண்பத்து
ரெண்டாண்டில்
தேடியே ஆனித் திங்கள் பிறந்த
தேதி ஆறதிலே

என்ற வரிகளின் அடிப்படையில் இந்நூல் 73 ஆண்டுகளுக்கு முன் எழுதப்பட்டது என்கிறார் பதிப்பாசிரியர். அதாவது இந்நூலில் வெளியிடப்பட்ட 1979ஆம் ஆண்டிலிருந்து 73 ஆண்டுகளைக் கழித்தால் 1906 வரும். இந்த ஆண்டில் நூல் எழுதப்பட்டது என்பது பதிப்பாசிரியர் கருத்து. இது தவறானது.

நாகர்கோவிலில் 19ஆம் நூற்றாண்டில் அச்சுப் புத்தகம் வந்து விட்டது. 1870 அளவில் தாளில் எழுதுவதும் சகஜமாகிவிட்டது. ஆட்சியர் அலுவலகத்தில் தாளில் எழுதுவதற்குப் பயிற்சியும் கொடுத் திருக்கிறார்கள். இந்தச் சூழ்நிலையில் 1906இல் இந்த அம்மானை ஓலையில் எழுதப்பட்டது என்று கூறுவது பொருந்துமாறில்லை.

இந்நூலில் "ஏடெழுத நான் துவக்கி எண்பத்தி ரெண்டளவில்" என்பது மலையாள வருஷத்தைக் குறிப்பது, ம.ஆ.82 என்பதை 982 ஆகக் கொள்ளவேண்டும். இதில் ஆனி மாதம் என்ற குறிப்பும் உள்ளது. ஆகவே இந்த அம்மானை கி.பி.1806இல் எழுதப்பட்டிருக்கலாம் என்று கருதலாம்.

ஞானசவுந்தரி அம்மானை கதையின் சுருக்கம் வருமாறு: இதே கதை மிகச் சிறிய மாற்றங்களுடன் சினிமா, தோல்பாவைக்கூத்து, நாடகம் ஆகியவற்றில் வருகிறது. மூலக்கதை ஒன்றுதான்.

ரோம அரசர் தர்மர். அவரது மனைவி உடல்நலமில்லாமல் இறந்து விட்டாள். 6 வயதில் பெண் குழந்தை உண்டு. பெயர் ஞானசவுந்தரி. தர்மன், லேனாள் என்ற பெண்ணை இரண்டாவதாக மணம் செய்து கொண்டான். ஒருமுறை பொது ஜனங்கள், அரசனிடம் காட்டு விலங்குகள் விவசாய நிலங்களை அழிக்கின்றன என்று முறையிட்டார்கள். அதனால் அரசன் விலங்குகளை வேட்டையாடப் போனான். லேனாள் சித்தியின் பொறுப்பில் இருந்தாள்.

ஞானசவுந்தரியை ஒழித்தால் தனக்கு நிம்மதி என்று நினைத்த லேனாள் அதற்குத் திட்டமிட்டாள். இரண்டு கொலையாளிகளுக்குப் பொன் கொடுத்து ஞானசவுந்தரியைக் காட்டில் கொண்டுபோய் வெட்டிவிடுமாறு கூறினாள். கொலையாளிகள் அவளைக் காட்டில் வெட்ட முயன்றபோது ஏகத்துவான் இளவரசன் பிலவேந்திரன் வந்து விட்டான். அதனால் கொலையாளிகள் அவளது கையை மட்டும் வெட்டிவிட்டுச் சென்றனர்.

இளவரசன் அவளை தன் அரண்மனைக்கு அழைத்துச் சென்று சிகிச்சை அளித்தான்; பெற்றோரின் விருப்பமின்றி அவளை மணந்து கொண்டான். தருமர் வேட்டையை முடித்துவிட்டு நாட்டுக்கு வந்தார். லேனாள் "எவ்வளவு சொல்லியும் கேட்காமல் உங்களைத் தேடி காட்டுக்குப்போய் விட்டாள்" என்கிறாள். மன்னனும் அதை நம்புகிறான்.

இந்தச் சமயத்தில் பகைவர்கள் தருமனின் நாட்டின் மேல் படையெடுத்தனர். தருமன், பிலவேந்திரனிடம் உதவி கேட்டான். அவன் படையுடன் வந்தான். போர் நடந்தது. அப்போது பிலவேந்திரனுக்கு ஆண் குழந்தை பிறந்த செய்தியைத் தூதன் கொண்டு வந்தான். பிலவேந்திரன் தன் மகிழ்ச்சியை வெளிப்படுத்தி ஒரு கடிதம் கொடுத்தான்.

அதன்மூலம், ஞானசவுந்தரி உயிருடன் இருப்பதை லேனாள் அறிந்தாள். அவளை எப்படியும் கொல்லத் திட்டமிட்டு தூதனைச் சூழ்ச்சியால் வரவழைத்தாள். பிலவேந்திரன் அவனிடம் கொடுத்த ஓலையைக் கைப்பற்றினாள். வேறு ஒரு ஓலையை எழுதி அவன் பையில் வைத்தாள். அதில் ஞானசவுந்தரியையும் அவளது குழந்தையையும் கொல்லும்படி பிலவேந்திரனின் தந்தைக்கு செய்தி இருந்தது. ஆனால் அவர்கள் அவ்வாறு செய்யவில்லை. ஞானசவுந்தரியைக் காட்டுக்கு அனுப்பிவிட்டனர்.

ஞானசவுந்தரி காட்டில் பரலோக தேவநாதனைக் கண்டாள். இழந்த கைகளைப் பெற்றாள். பூரண பொலிவு பெற்றாள். பிலவேந்திரன் போர் முடிந்தபின் தன் வீட்டிற்குத் திரும்பினான். நடந்ததை அறிந்தான் காட்டுக்குச் சென்றான். ஞானசவுந்தரியைக் கண்டான். திரும்பியழைத்தான். தருமரிடம் நடந்ததைச் சொன்னான். விஷயம் தெரிந்து, அவர் தன் மகளை ஆசையோடு அழைத்துக் கொண்டார். லேனாளை நெருப்பில் தள்ளுமாறு தருமர் ஆணையிட்டார். தருமரின் நாடு பிலவேந்திரனின் நாட்டுடன் இணைந்தது.

காலம் கடந்தது. தருமன் இறந்தான். பின் பிலவேந்திரன், ஞானசவுந்தரி ஆகியோரும் இறந்தனர்.

★★★

இந்த அம்மானையில் 12 கிளைக்கதைகள் உள்ளன. அவை சந்தியாகு மன்னன் கதை, செனுகர் பூராக்கினி கதை, கர்த்தர் பன்னிரண்டாம் வயதில் தப்பிச் சென்ற கதை, சவேரியார் பெண் குழந்தையை ஆண் குழந்தையாக ஆக்கிய கதை, எஸ்தாக்கியார் குழந்தைகள் கதை, கர்த்தர் தண்ணீரைத் திராட்சை ரசமாக்கிய கதை, விசத்தியப்பர் கழுதையின் கழுத்தை அறுத்துப் பின் பொருத்திய கதை ஆகியன.

திருவிதாங்கூரில் போர்ச்சுக்கீசியரின் வரவிற்குப் பின் வாசகப்பா, பாஸ்கா போன்ற கலை வடிவங்கள் நுழைந்தன. இவற்றிற்குப் பின்னணியாக உள்ள கதைகளும் கத்தோலிக்கரிடம் வாய்மொழியாகப் பேசப்பட்டன. இப்படியான கதைகளில் ஞானசவுந்தரி கதையும் ஒன்று.

மத்தேயு சுவிஷேசத்தில் வரும் சில நிகழ்ச்சிகளின் அடிப்படையில் உருவாக்கப்பட்டது இக்கதை. ஆபிரகாம் (தருமர்), ஆதார் (ஞானசவுந்தரி), சாராய் (லேனாள்) என்னும் பாத்திரங்களுடன் தொடர்புடையது.

மலைப்பொழிவில் (மத்தேயு) துயருறுவோர் பேறு பெற்றோர். ஏனெனில் அவர்கள் ஆறுதல் பெறுவர். தூய்மையான உள்ளத்தோர் பேறு பெற்றோர். ஏனெனில் அவர்கள் கடவுளைக் காண்பர் என்பதற்கு ஞானசவுந்தரி கதையைச் சான்றாக்குவர்.

விவிலியக் கதைப்படி லேனாள் தூக்கிலிடப்பட்டு நெருப்பில் தள்ளப்படுகிறாள்.

★★★

ஞானசவுந்தரி அம்மானை அரங்கேறிய மந்தங்கரை குருசடிக் கோவிலில் 80களில் கூட ஞானசவுந்தரி சினிமாவை பொதுமக்களுக்காகக்

காட்டினார்களாம். கேபிள் டி.வி கூட பரவலாகாத காலம். அதனால் அந்தக் கதை பரவலாக அந்த ஊர் மக்களுக்குத் தெரிந்திருக்கிறது.

ஞானசவுந்தரி கதையை ஒரே சமயத்தில் இரண்டு பேர் திரைப்பட மாக்கினார்கள். ஏன் அப்படிச் செய்தார்கள் என்று தெரியவில்லை.

இந்திய சுதந்திரத்தின் அடுத்த வருஷம் ஜெமினியின் ஞானசவுந்தரி சினிமா வந்தது (*1948* ஜூன்). இயக்கம் முருகதாசா; தயாரிப்பு நாயனார். கொத்தமங்கலம் சுப்பு திரைக்கதை உரையாடலையும் சில பாடல் களையும் எழுதியிருந்தார். பாபநாசம் சிவனும் சில பாடல்களை எழுதியிருந்தார். இசை எம்.டி.பார்த்தசாரதி.

இந்த சினிமாவில் பிலவேந்திரனாக எம்.கே.ராதாவும் ஞானசவுந்தரியாக எஸ்.வி.சுசீலாவும் நடித்திருக்கின்றனர். படம் படுதோல்வி. இதே சமயத்தில் ஜோசப் தளியத் எடுத்த படம் அமோக வெற்றியடைந்தது. அதனால் ஜெமினிவாசன் தான் எடுத்த படத்தின் படச்சுருளை எல்லாம் திரும்பிப் பெற்று ஒன்றாகப் போட்டு நெருப்பு வைக்கச் சொன்னாராம். அந்தப் படம் எடுக்கப்பட்டதன் அடையாளம் கூட இல்லாமல் ஆனது.

சிட்டாடல் பிலிம்ஸ் தயாரித்த ஞானசவுந்தரி சினிமாவும், *1948* தை மாதம் *8*ஆம் தேதி வெள்ளியன்று வெளியானது. ஜெமினி படம் தோல்வியடைந்த பிறகுதான் சிட்டாடல் படம் வந்தது. இந்த சினிமாவை ஜோசப் தளியத், எம்.நாகூர் இருவரும் இயக்கியிருந்தனர். தயாரிப்பு ஜோசப் தளியத். இது அமோக வெற்றிப் படம்.

படம் முழுவதும் நீயோடன் ஸ்டுடியோவில் எடுத்திருந்தார்கள். இந்தப் படத்தின் உரையாடலை நாஞ்சில்நாடு டி.என்.ராஜப்பா என்பவர் எழுதியிருந்தார். இவர் இன்றைய கன்னியாகுமரி மாவட்டம், தோவாளை வட்டம், கடுக்கரை ஊரைச் சார்ந்தவர். இவரது தம்பி பிரபல தி.மு.க. பிரமுகர் நீலநாராயணன், இப்படத்தில் இருபது பாடல்கள் இருந்தன. பாடல்களை பாலச்சந்திரகவி, கம்பதாசன், பாபநாசம் சிவன், கே.ஆர்.சாரங்கபாணிபிள்ளை, கே.டி.சந்தானம் ஆகியோர் எழுதியிருந்தனர். இசை எஸ்.வி.வெங்கட்ராமையா. லலிதா, பத்மினி இருவரின் தனி நடனக் காட்சிகள் உண்டு.

இப்படத்தில் பிலவேந்திரனாக டி.ஆர்.மகாலிங்கமும் ஞானசவுந்தரி யாக எம்.பி.ராஜம்மாவும் சிறுமி ஞானசவுந்தரியாக பேபியும் ராஜாவின் மனைவி லேனாளாக பாக்கியமும் நடித்திருந்தனர். மற்றும் பாலசுப்பிரமணியம் (தருமர்), பி.ஆர்.மங்களம் (ஆரோக்கியம்), புளிமூட்டை ராமசாமி (அந்தோணி), பபூன் சண்முகம் (சூசை) ஆகியோரும் நடித்திருந்தனர்.

இந்தப்படம் நாகர்கோவிலில் அழகப்பா தியேட்டரில் 100 நாட்கள் ஓடியது. இதே வருஷம் கோட்டாறு சவேரியார் கோவில் திருவிழாவின் போது 25 நாட்கள் ஓடியது. ஒரு நாளைக்கு காலை இரவு என ஐந்து காட்சிகள். இதற்காகத் திரைப்படப் பாடல்கள், கதைச் சுருக்கம் அடங்கிய பாட்டுப் புத்தகம் பிரசுரமாகியிருக்கிறது. (நாகர்கோவில் அலெக்சாந்திரா பிரஸ். 1948. அக்.)

ஐம்பதுகளில் கூட பல வருஷங்களில் சவேரியார் திருவிழாவின் ஞானசவுந்தரிப் படத்தைப் போடுவது என்ற வழக்கம் நாகர்கோவிலில் இருந்தது. கத்தோலிக்கர்களில் பலருக்கு இந்தப் பட வசனம் மனப்பாடம்.

ஞானசவுந்தரி தோல்பாவைக் கூத்தை முதலில் தூத்தூர் கடற்கரை கிராமத்தில்தான் பார்த்தேன். பரமசிவராவ் நடத்தினார். கோபாலராவும் கோமதிபாயும் பின்பாட்டுப் பாடினர். இது 1984 ஜுலை மாதம். தூத்தூர் கேரள எல்லையில் உள்ளது. இங்குப் புனித தாமசின் ஆலயம் உண்டு. இது அரபிக் கடலுக்கும் ஏ.வி.எம் சானலுக்கும் இடைப்பட்ட இடத்தில் இருக்கிறது. இது ஓர் அற்புதமான இடம்.

திருவிதாங்கூர் அரசர் மார்த்தாண்டவர்மா டச்சுப்படையை எதிர்த்துப் போரிட்டபோது இந்த ஊர் மீனவ மக்கள் அவருக்கு உதவினர். மார்த்தாண்டவர்மா இங்குப் புனித தோமையார் ஆலயத்தைக் கட்டிக் கொடுத்தார் (1741) என்கிறார்கள். இங்குப் புனித அந்தோணியார் குருசடி உண்டு.

இங்கு நடக்கும் பாஸ்கா திருவிழா குறிப்பிடத்தகுந்தது. துக்க வெள்ளி நிகழ்வு நடக்கும்போது இயேசுவின் சொரூபம் வீதி வழிவரும். பக்தர்கள் தெருவில் முழந்தாளிட்டு வணங்கும் அதிசயக் காட்சியைக் காண்பதற்கென்று கூட்டம் வருகிறது.

பரமசிவராவ் ஊர்மக்களின் அழைப்பின் பேரில் இந்த ஊரில் ஒரு நாளும், பக்கத்து ஊர்களில் 4 நாட்களும் ஆக 5 நாட்கள் நடத்தினார். நான் ஒரு நாள் தூத்தூரில் நிகழ்ச்சி பார்த்தேன்; பதிவும் செய்தேன். அடுத்தநாளே நிகழ்ச்சியை எந்த மாற்றமும் செய்யாமல் அப்படியே எழுதி எடுத்துவிட்டேன்.

ஞானசவுந்தரி நிகழ்ச்சி எல்லாமாக 92 பக்கங்கள் வந்தன. 4 பாடல்கள். சிட்டாடல் தயாரிப்பு சினிமாப் பாடல்கள் இரண்டு. மீதி இரண்டும் நல்லதங்காள் கூத்திலும் ராமாயணத்திலும் வருபவை. சில மாற்றங்களுடன் இருந்தன.

வெண்திரையில் உச்சிக் கொப்புளான், உளுவத்தலையன், கோமாளி ஆகிய மூன்று பாத்திரங்களும் உரையாட ஆரம்பிக்கும். இது நகைச்சுவை நிகழ்ச்சி, முடிந்ததும் கோமாளி "இனி கவனியுங்கள் ஞானசவுந்தரி கதையை. இது ரோம் நாட்டில் நடந்த கதை; அன்னை மரியாள் கை உருப் பெற்ற அபலையின் கதை" என்று சொல்லிவிட்டு இடது பக்கம் வழி ஓடுவான். பின் இசைக் கருவிகளோடு ஒரு பாடல்.

தரும மகாராஜன் வாறாரே
ஒய்யாரமாக
தரும மகாராஜன் வாறாரே
மல்லிகை சூடச் சூட
ஒய்யாரமாகக் கையைவீசி
தரும ராசா வாறாரே

இப்பாடல் ராமாயணக்கூத்தில் உள்ளது. தசரதன் வருகையில் பாடப்படுவது. தசரதன் என்னும் பெயர் தருமர் என மாற்றப்பட்டிருக் கிறது.

தருமராசன் வேட்டைக்குச் செல்லும் போது இரண்டாவது மனைவியிடம் "லேனாளே என் மூத்த மனைவி பெற்ற பிள்ளையாக இருக்கக்கூடிய ஞானசவுந்தரியைப் பத்திரமாகப் பார்த்துக்கொள்" என்கிறார். சிறுமி ஞானசவுந்தரி தந்தையுடன் காட்டுக்கு வருவேன் என அடம்பிடிக்கிறாள். அவன் சமாதானப்படுத்துகிறான்.

மூன்று முதல் பத்து வரை உள்ள காட்சிகளில் ஞானசவுந்தரியை லேனாள் துன்புறுத்தல், கொலையாளிகள் ஞானத்தின் கைகளை வெட்டுதல் ஆகிய நிகழ்ச்சிகள். *11-14* காட்சிகளில் ஞான சவுந்தரியை பிலவேந்திரன் காப்பாற்றுதல், கல்யாணம் செய்தல் ஆகிய நிகழ்ச்சிகள். *15-23* காட்சிகளில் துர்கிஸ்தான் படையை விரட்ட பிலவேந்திரன் வருதல்; அவனுக்கு குழந்தை பிறந்த செய்தி, அதை ஞானசவுந்தரிக்கு எதிராக மாற்றி லேனாள் சூழ்ச்சி செய்தல், ஞானம் மறுபடியும் காட்டுக்குச் செல்லுதல், மாதாவின் அருளைப் பெற்று கரங்களை மீண்டும் பெறுதல், பிலவேந்திரன் அவளைக் கண்டுபிடித்தல் ஆகியன. *24 - 26* காட்சிகளில் தருமர் உண்மை அறிதல்; காவலரிடம் லேனாவுக்கு மொட்டை அடித்து கரும்புள்ளி செம்புள்ளி குத்தி கழுதையில் ஏற்றச் சொல்லுதல்; பின் கொலையாளிகளுக்கு மரண தண்டனை, வேலைக்காரி ஆரோக்கியத்துக்கு நாடு கடத்தல் தண்டனை என தருமர் நியாயம் சொல்லுதல் ஆகிய காட்சிகள், இறுதியில் "அருள் தரும் தேவமாதாவே..." பாடலுடன் நிகழ்ச்சி முடியும்.

ஞானசவுந்தரி நாடகத்தில் தான் பிரதி ஒன்றை ஞானசவுந்தரி அம்மானை எழுதியவரின் ஊரில் (தளவாய்புரம்) பார்த்தேன். பேராசிரியர் பிரான்சிஸின் வீட்டிலிருந்த அந்தப் பிரதி 1951இல் எழுதப்பட்டது. அதே ஊரில் நடிக்கப்பட்டது. இந்த நாடக வடிவம் பெரும்பாலும் சினிமாவுடன் ஒத்துப்போவதே, பாடல்கள் சினிமாப் பாடல்களே.

1921இல் பாண்டிச்சேரியில் டி.கே.எஸ் சகோதரர்கள் இந்த ஞானசவுந்தரி நாடகத்தை மேடை ஏற்றியிருக்கின்றனர். அப்போது இதற்குரிய கதையை கே.ஜி.குப்புசாமிநாயுடு என்பவர் எழுதியிருந்தார். இவர் சங்கரதாஸ் சுவாமிகளின் மாணவர்.

வாசன் நாடகம், ஸ்பெஷல் நாடகங்களில் நடிப்பதற்குப் பயன்பட்ட கதையின் அடிப்படையில் ஞானசவுந்தரி நாடகக் கையெழுத்துப் பிரதியைத் தயாரித்திருக்கிறார் குப்புசாமி. இந்த நாடகத்தில் டி.கே.சண்முகம் ஞானசவுந்தரியாகவும், டி.கே.முத்துசாமி லேனாளாகவும் நடித்தனர், பாண்டிச்சேரியில் நாடகம் அரங்கேறிய போது சங்கரதாஸ் சுவாமிகள் பார்வையாளராக இருந்து பார்த்தார். அவர் மிகவும் தளர்ந்திருந்த சமயம் அது, இந்த நாடகம் பற்றிய வேறு விவரங்கள் கிடைக்கவில்லை.

அம்மானை, சினிமா, தோல்பாவைக்கூத்து மூன்று வடிவங்களிலும் உள்ள கதை பெரிய அளவில் மாற்றமில்லை.

அம்மானையில் நகைச்சுவை என்பது மருந்துக்குக் கூட இல்லை. தோல்பாவைக்கூத்து, சினிமாவின் நிலைவேறு. புளிமூட்டை ராமசாமி (அந்தோணி), பபூன் சண்முகம் (சூசை), மங்களம் (ஆரோக்கியம்) என்னும் சினிமா பாத்திரங்கள் காமெடிக் காட்சியில் வருகின்றன. இவை கதைப்போக்கில் அமைந்தவை; ஆரோக்கியம் வேலைக்காரியாக வருகிறார். சினிமாவில் வரும் இரு காமெடி நடிகர்களும் தோல்பாவைக் கூத்தில் உளுவத்தலையன் உச்சிக்குடும்பனுமாக வருகின்றனர். ஆரோக்கியம் அதே பேரில் வருகிறாள்.

சினிமாவில் லலிதா, பத்மினி நடனக் காட்சி உண்டு. தோல்பாவைக்கூத்தில் கிடையாது. சினிமாவில் உள்ள இரண்டு பாடல்கள் கூத்தில் அப்படியே பாடப்படுகின்றன, அம்மானை கதை முடிவில் லேனாள் நெருப்பில் தள்ளப்படுகிறாள்; சினிமாவில் லேனாள் மன்னிக்கப்படுகிறாள்; தோல்பாவைக் கூத்தில் கொலையாளிகள் மட்டுமே தண்டிக்கப்படுகின்றனர். ஆரோக்கியம் நாடு கடத்தப்படுகிறாள்.

பரமசிவராவ் 80களில் சொன்னது நினைவு இருக்கிறது, அப்பா கோபாலராவ் அழகப்பா தியேட்டரில் ஞானசவுந்தரி சினிமாவை

அஞ்சாறு முறை பார்த்துவிட்டு நல்லதங்காள் கதைக்குரிய பாடல்களை வைத்தே சமாளித்து விடலாம்; படங்களை இராமாயணத்திலிருந்து எடுக்கலாம் என்றாராம். பரமசிவராவின் மனைவி "நல்லதங்காளை அண்ணி கொடுமைப்படுத்துறா ஞானசவுந்தரி கதையில் சித்தி எல்லாம் ஒன்றுதான்" என்றாள்.

பின் இணைப்பு:

சிட்டாடல் பிலிம்ஸ் ஞானசவுந்தரி சினிமா பாடல்கள்

அருள்தரும் தேவ மாதாவே
ஆதியே இன்ப ஜோதியே
இருள் நீங்கவே இகமீதிலே -
ஈடிலா நிதியே
தொகையறா
திருவே துணை நீயே - தேவத்தாயே
சிறியாள் வினைதீராய்
வானின் தேவதையே - அருள்வாய் மரியே
தேனின் மேலாம்ப தமிதே
ஜீவாதாரமே - நல் ஆதி
விதியிதுவோ பேதை நதி இதுவோ
என் செய்வேன்
கன்னியே மாமரித்தாயே என்
காணிக்கை கண்ணீரே
இன்னல் கடல்தனிலே இறகில்லா
பட்சிபோல் வீழ்ந்தேன்
மின்னல் நிகரான வாழ்வில் மீளாத
சோகம் கொண்டேனே
பெண்களில் நான் பெரும்பாவி ஏன்
பிறந்தேன் இப்புவிமீதே
அன்னையில்லாத சேய் நான் அன்பாக
ஏழைபால் அருள்வாய்

- கம்பதாசன்

வெட்டுண்ட கைகள் வேதனை
கொண்டேனே
விதிவசத்தால் இந்தக் கதியை
அடைந்தேனே
கொட்டுண்ட ஏக்கமே கொஞ்சமோ

மாதாவே
கும்பிடுங் கரங்களைக் கொண்டு
சென்றாரே
இனிவரும் வாழ்வில் துணை
புரிவாயே
கனவிலும் உனை மறவாத
மனந்தருவாயே மாமரித்தாயே

- கே.ஆர்.சாரங்கபாணி பிள்ளை

உங்கள் நூலகம்: ஜூலை - ஆகஸ்ட், 2020

8. மயில்ராவணன்

மதுரைப் பல்கலைக்கழகத்தில் பிஎச்டி முடிந்த சமயம் (1986) பல்கலைக்கழக மான்ய நிதி நல்கையுடன் தோல்பாவைக் கூத்துக் கலைஞர்களின் கூத்து நடத்தும் சிக்கல்களும் பிரச்சினைகளும் பற்றிய செய்திகளைச் சேகரிக்கப் போனேன். தோல்பாவைக்கூத்துக் கலைஞரான பரமசிவராவை அதற்கு முன் நெருக்கமாய் பழகியிருந்தும் என் களஆய்வின் போது கூடவே வந்ததால் இன்னும் நெருக்கம் ஆனார்.

இந்தக் காலங்களில் பல்வேறு இடங்களில் பரமசிவராவின் அண்ணன் சுப்பையாராவ், அவரது மகள் பாலகிருஷ்ணன், அவரது மைத்துனர் ராமசாமி மதுரை ராஜீ, மூக்கன், கோவில்பட்டி ராஜகோபால் எனக் கலைஞர்கள் சிலரிடம் நெருங்கிப் பழக வாய்ப்புக் கிடைத்தது. நிறையக் கூத்துக்களும் பார்த்தேன்.

பரமசிவராவிடம் முறையாக அல்லாமல் சாதாரண சந்திப்பில் உரையாடியபோது கூத்து தொடர்பாக பல விஷயங்களை அறிந்து கொண்டேன். எண்பதுகளின் ஆரம்பத்தில் தோல்பாவைக்கூத்துக் குழுக்களில் பல டிக்கட் வசூலித்துதான் தோல்பாவைக்கூத்து நடத்தின. இராமாயணக்கதையையும் நல்லதங்காள் கதையையும் 12 முதல் 15 நாட்கள் நடத்தினர். ஆனால் மயில்ராவணன் கதையும் மச்சவல்லபன் போரும் நடத்தியவர்களைப் பற்றி அறியாமலிருந்தேன். பரமசிவராவ் அந்த இரண்டு கதைகளையும் பாண்டி கிராமங்களில் நடத்துகிறோம் என்றார்.

திருநெல்வேலி மாவட்டம் நாங்குனேரியில் கூத்து நடத்திவிட்டு முனைஞ்சிப்பட்டி அருகே உள்ள ஸ்ரீ வெங்கடேஸ்வரபுரம் என்னும் குக்கிராமத்தில் 15 நாட்கள் கூத்து நடத்தப் போகிறோம்: அப்போது மயில்ராவணன் கதை நடக்கும் வாருங்கள் என்றார் பரமசிவராவ்.

அப்போதெல்லாம் பரமசிவராவ் பெரும்பாலும் டிக்கெட் வசூலித்து கூத்து நடத்தவில்லை. ஊர் பொதுவிடத்தில் ஊர் மக்களுக்கு இலவசமாகக் கூத்து நடத்தினார். அது ஊர்த்தலைவரின் ஏற்பாடு. ஒருநாள் கூத்துக்கு இவ்வளவு என தொகை பேசிக்கொள்ளுவார். காய்கறி, அரிசி, பல சரக்கு, மின்சாரம், தங்குமிடம் எல்லாம் இலவசம் ஒருவிதத்தில் இந்தமுறை அவருக்கு லாபமாக இருந்தது.

இப்படியாக ஒப்பந்தம் பேசிய ஒரு கிராமத்தில்தான் மயில் ராவணன் கதை நடத்தினார். அவர் கூத்து நடத்திய மூலக்கருப்பட்டி, முளைஞ்சிப்பட்டி, சிந்தாமணி என்ற கிராமங்களில் வாழ்ந்தவர்களில் பெரும்பாலோர் தெலுங்கைத் தாய்மொழியாகக் கொண்டவர்கள். அப்போது இந்தக் கிராமங்கள் திருநெல்வேலி மாவட்டத்தில் இருந்தன. தூத்துக்குடி மாவட்டம் உருவாகவில்லை.

நான் கூத்து பார்த்த ஸ்ரீவெங்கடேஸ்வரபுரம் கிராமத்தில் தீவிர வைஷ்ணவர்கள் சிலரைச் சந்தித்தேன். அவர்கள் அனுமனிடம் பக்தி கொண்டவர்கள். பெண் பார்வையாளர்கள் மயில் ராவணன் கதையை அறிந்தவராய் இருந்தனர். நான் நாங்குனேரியிலிருந்து மூலக்கருப்பட்டி கிராமத்துக்குப் போய்விட்டேன். அங்கே பரமசிவராவின் மகன் முத்து கோபால் என்னை அழைக்க வந்திருந்தான். அவனது சைக்கிளில் பின்னே அமர்ந்து ஸ்ரீ வெங்கடேஸ்வரபுரம் போனேன்.

பொதுவாக தமிழகத் தோல்பாவைக் கூத்து நிகழ்ச்சியில் ஒருவரே பாவையை ஆட்டுவார். உரையாடவும் செய்வார். முந்தைய காலங்களில் இடைநிகழ்ச்சியை வேறு கலைஞர் நடத்தியதும் உண்டு. அப்போது மின்விளக்கோ மைக்கோ கிடையாது. எண்ணெய் விளக்கையும், தன் குரலையும் நம்பியே கூத்தை நடத்தினர்.

வெங்கடேசபுரத்திலும் பரமசிவராவும் கணபதிராவும் மாறி மாறி கூத்து நடத்தினர். மயில்ராவணன் கூத்தில் நிகழ்த்திக் காட்டுதலைவிட உரையாடல் பகுதி அதிகம். ஒரு விதத்தில் கொஞ்சம் படங்களை அசைத்து கதாபாத்திரங்களின் உரையாடல்வழி கதையை நகர்த்தினார் பரமசிவராவ், பார்வையாளர்களில் சிறுவர்களுக்கு அலுப்பைத் தந்திருக்கலாம். சிறுவர்கள் கூத்தைக் கவனிக்காமல் மணலில் விளையாடிக் கொண்டிருப்பதைக் கவனித்தேன்.

அனுமன் மச்சவல்லபன் உரையாடல் நிகழ்ச்சியைக் கணபதிராவே நடத்தினார். மயில்ராவணன் அனுமன் சண்டைக் காட்சியைப் பரமசிவராவ் நடத்தினார். தமாஷ் காட்சிகளை முழுதும் அவர் நடத்திய விதம் சிறுவர்களைக் கூத்து பார்க்கும்படி தூண்டிற்று, கணபதிராவ் கதையை சீரியசாக நடத்தினார்.

அனுமனின் வால்கோட்டை படத்தை பரமசிவம் காட்டியவிதம் அதில் உளுவன் உச்சி அகப்பட்டு வழி தெரியாமல் தவிக்கும் விதம் பரமசிவராவின் குரல் மாறுபாட்டால் மொத்தப் பார்வையாளர்களைப் பிரம்மிக்க வைத்தது. அது போலவே மயில் ராவணனின் கோட்டையினுள் அனுமன் செல்லும் காட்சியும்.

சுப்பையாராவ் மிருதங்கம் அடித்துக்கொண்டு பாடவும் செய்தார். கோமதிபாய் ஏற்றுப் பாடினார். அந்த அபூர்வமான இணைப்பில் நடந்த கூத்து எனக்குக் கிடைத்த வரப்பிரசாதம். அப்போது புகழேந்திப்புலவரின் மயில் ராவணன் அம்மானை எனக்குக் கிடைக்கவில்லை. அன்று கூத்து முடிந்ததும் ஊர்த்தலைவர் உபயத்தில் சாப்பிட்டுவிட்டு பரமசிவராவ் தங்கிய கூரைவீட்டில் படுத்தேன்.

உறக்கம் வரவில்லை; கணபதியும் பேச ஆர்வப்பட்டார். இருந்தும் படுத்துக் கொண்டும் பேசினோம். பரமசிவராவை விட கணபதிராவ் மயில்ராவணன் பற்றித் தனிப்பட்ட பேச்சில் நிறையச் சொன்னார். மயில் ராவணன் கதையே - அனுமனின் புகழ் பாடுவது, ஆந்திரா மாநிலத்தில் காமு மாவட்டத்தில் உள்ள ஒரு கிராமத்தில் அனுமனுக்குக் கோவில் உண்டு. அங்கே அனுமன் மனைவியுடன் இருக்கிறார்.

ஆந்திர தோல்பாவைக்கூத்தில் அனுமனின் மனைவி அவஞ்சலா என்னும் பெயரில் வருவதாகவும், இவள் கடல் கன்னியாக இருந்தவள், அனுமன் இலங்கையை எரித்தபின் உடம்பில் வழிந்த வியர்வையை வழித்து எறிய கடல்கன்னியின் வாயில் விழ அவள் ஒரு குழந்தை பெற்றாள்; அதற்கு மகரத்வஜன் எனப்பெயரிட்டாள். நாரதரின் வேண்டுகோளால் அனுமன் கடல் கன்னியை ஏற்றுக்கொண்டான் என்னும் பழைய தான் கேட்ட கதைகளை விஸ்தாரமாகச் சொன்னார் கணபதிராவ்.

அன்று மயில்ராவணன் கூத்து முழுவதையும் பதிவு செய்தேன். 90- நிமிடங்கள் ஓடிய காசட் மாமரமா மல்லி மரமா என்ற பாடல் நின்றதும் காசட்டும் நின்றது. இதை நான் கணபதிராவிடம் சொன்ன போது எல்லாம் “சிரஞ்சீவி அனுமன் காவியம் சும்மாவா” என்றார்.

இந்த நிகழ்ச்சி நடந்து ஒரு வாரம் கழிந்து பாளையங்கோட்டை தூய சவேரியார் கல்லூரியிலிருந்து ரத்தின நாயகர் சன்ஸ் வெளியிட்ட மயில்ராவணன் அம்மானை நூலை எடுத்து வந்தேன். (முதல் பதிப்பு 1868) எனக்குக் கிடைத்த பதிப்பு 1970ல் வந்தது.

இதன் பிறகு பரமசிவராவின் கூத்தை பதிவு செய்த காசட்டை மூன்று முறை ஓடவிட்டுக் கேட்டேன். அம்மானைப் பாடலுக்கும் தோல் பாவைக்கூத்து கதைக்கும் கொஞ்சம் வேறுபாடு இருப்பதைக் கவனித்தேன். இந்த வித்தியாசங்களைப் - பின்னர் பார்க்கலாம்.

வால்மீகியின் ராமாயணத்தில் மயில் ராவணன் கதை இல்லை. ஆனால், நாரதர், கவுதமருக்கு மயில் ராவணன் கதையைச் சொல்லுவதான மரபு உள்ள ராமாயணம் உண்டு. இதன் மூலம் நாட்டார் மரபை பெரிதும் பாதித்திருக்கிறது. மஹி என்பது பூமியைக்

குறிக்கும் - சமஸ்கிருதச் சொல். பூமியின் அடியில் பாதாளத்தில் வாழ்பவன் மகிராவணன் இது மஹி ராவணன் ஆயிற்று. தமிழில் மயில் ராவணன்.

இக்கதை இந்திய மொழிகளில் சமஸ்கிருதம், வங்காளம், அசாம், ஒரீயா, இந்தி, குஜராத்தி, மராத்தி, கன்னடம், தமிழ், மலையாளம் ஆகிய பத்து மொழிகளிலும் தாய், பர்மா, மலாய், லாயோனியன் என நான்கு கீழைநாட்டு மொழிகளிலும் வேறுபட்ட வடிவங்களில் உள்ளன.

இந்திய மொழிகளின் 23 வடிவங்களிலும் கீழைநாட்டு மொழி களில் 6 வடிவங்களிலும் ஆக 31 கதை வடிவங்கள் கிடைத்துள்ளன என்கின்றனர்[1] மயில் ராவணன் கதை அல்லது மயிராவணன் கதை செவ்வியல் ராமாயணக் கதையிலிருந்து வேறுபட்டு கற்பனையில் உருவாக்கப்பட்டது.

மயில் ராவணன் கதையின் மூலம் எது என்பதும் எந்த மொழியில் முதலில் உருவானது என்பது பற்றிய சரியான ஆய்வு வரவில்லை. ராவணன் தொடர்பாக வழங்கப்பட்ட பல வாய்மொழிக் கதை களிலிருந்து முளைத்த கதைகளில் மயிராவணன் கதையும் ஒன்று என ஊகிக்க முடியும்.

ராவணனின் நண்பன், அல்லது தம்பி மஹிராவணன். மஹிராவணனுக்கு அஹி ராவணன் என்ற தம்பியும் உண்டு. ராவணன் சீதையைக் கவர்ந்து சென்ற மஹிராவணனிடம்தான் சென்றான். அவளை மறைத்துப் பாதுகாப்பாய் வைக்க இடம் கேட்டாள். மஹி மறுத்து விட்டான். சீதையைத் திரும்பிக் கொண்டுவிடு என்றான். அதன்பிறகு ராம - ராவணப் போரிலும் ஈடுபட மாட்டேன் என்று சொல்லிவிட்டான்.

ராவணன், மக்கள் சகோதரர்கள் என எல்லோரையும் இழந்து நின்ற போது மஹியிடம் போனான். "தம்பி ராமலட்சுமணரைக் காளிக்கும் பலிகொடுத்தால் பெரும் சக்தி அடையலாம்." என ஆசை வார்த்தை காட்டுகிறான். மஹி இதை நம்புகிறான். ராம லட்சுமணர் களைக் கவர்ந்து செல்ல இணங்குகிறான்.

கீர்த்திவாச ராமாயணம் என்னும் சமஸ்கிருத ராமாயணத்தின் இறுதிப் பகுதியில் அயிராவணனின் கதை வருகிறது இதன்படி அயி ராவணனின் மகன், தாய் கந்தர்வப்பெண். இந்திரஜித்துவின் மரணத் திற்குப் பழிவாங்க அயிராம லட்சுமணரைக் கவர்ந்து செல்லுகிறான்.

நீலகிரி மலையில் வாழும் ஆளுகுறும்பர் என்னும் பழங்குடி யினரிடம் ராமாயணம், மகாபாரதம் இரண்டும் வழக்கில் உள்ளது.

இரண்டுமே மூல வடிவங்களிலிருந்து மாறுபட்டவை. இந்தக் கதைகளை டைட்டர்பிசாப் என்பவர் தொகுத்து வரன்முறைப்படுத்தி இருக்கிறார். (1974 - 1976) இவரது சேகரிப்பில் அயி, மயிராவணன் கதையும் உண்டு.

அளு குறும்பரிடம் வழக்கில் உள்ள அயி மயிராவணன் கதை பிளு குறும்பர் ஆயிரத்துக்கும் குறைவான எண்ணிக்கை உடையவர் இவரைப் போன்ற பால்குறும்பர், முதுவர் என்னும் பழங்குடியினரிடமும் ராமாயணக் கதை வழக்கில் இருந்தது என்கிறார் சாப். இந்தக் கதைகளுக்கு எழுத்து வடிவம் கிடையாது.

ஆளு குறும்பரிடம் வழக்கில் உள்ள அயி மயிராவணன் கதை பிறமொழிகளில் வழக்கில் உள்ள மயில்ராவணன் கதையிலிருந்து கொஞ்சம் மாறுபட்டது என்கிறார் சாப்.

அனுமான் மயிராவணனுடன் சண்டை செய்கிறான். கத்தியால் மயியை வெட்டுகிறான். வெட்ட வெட்ட மயியின் உடல் மீண்டும் முளைக்கிறது. அனுமான் திகைக்கிறான். சண்டையைப் பாதியில் விட்டு விட்டு மயிராவணனின் தங்கையிடம் செல்லுகிறான். அப்போது அவள் ஆற்றில் குளித்துக்கொண்டிருக்கிறாள். பாடவும் செய்கிறாள். அவளது பாட்டு மயிராவணன் உயிர் வரம் பெற்றதைப் பற்றியது. மயியின் உயிர் இருக்கும் இடம் பற்றிய செய்தி பாட்டில் இருந்தது. அனுமன் அந்த இடத்திற்குச் சென்று மயியின் உயிர் தானத்தை அழிக்கிறான். மயி இறந்து போகிறான்.

இராம லட்சுமணர்களே மயில் ராவணனைக் கொன்றார்கள் என்னும் கதை பழங்குடியினரிடம் உண்டு. மயில் ராவணன் கதையைப் போல் சதகண்ட ராவணன், விதுர ராவணன் என்னும் ராவணர்களைப் பற்றிய கதைகளும் தென்னிந்தியாவில் மிகக் குறைவான அளவில் வழக்கில் இருந்தது. அவை பரவலாகவில்லை. சீதை புஷ்பக விமானத்தில் ஏறி, ஆயுதம் தாங்கி சதகண்ட ராவணனை அழித்தாள் என்ற ஒரு கதை உண்டு. இந்தக் கதைகளில் பெரும்பாலானவை பழங்குடிகளிடம் வாய்மொழி மரபில் உள்ளவை.

தமிழகத்தில் எட்டாம் நூற்றாண்டிற்குப்பின் இராமவழிபாடு பரவலானது. சிதம்பரம் கல்வெட்டில் இதற்குச் சான்று உண்டு. தமிழக வாய்மொழி மரபிலும் நாட்டார் கலைகளிலும் உள்ள ராமாயணக் கதைகள் ஹொய்சளர், சாளுக்கியர் காலங்களிலும் கன்னடர் படையெடுப்புகளிலும் நாயக்கர் ஆட்சியின் போதிலும் போர்வீரர்களாலும் வணிகர்களாலும் வேகமாகப் பரவின. முக்கியமாக நாயக்கர் காலத்தில் செவ்வியல் கலை, நாட்டார் கலை, கோவில் சிற்பங்கள்

ஆகியவற்றில் இராமாயணக் கதைகள் செல்வாக்கடைந்தன. இக்காலத்தில் மயில்ராவணன் கதையும் வந்திருக்கலாம். 18ஆம் நூற்றாண்டின் ஆரம்பத்தில் மயில்ராவணன் அம்மானையின் முதல் பதிப்பு (1868) வந்திருக்கிறது. இதற்குப்பின் (1903) உரைநடை வடிவிலும் மயில் ராவணன் கதை வந்தது.

தோல்பாவைக் கூத்து நிகழ்ச்சியில் நடத்தப்படும் மச்சவல்லபன் போர் மயில்ராவணன் கதைதான், அனுமன் மச்சவல்லபன் சண்டையும் உரையாடலும் இதில் முனைப்புடன் இருக்கும். மதுரைப் பகுதிக் கலைஞர்களில் சிலர் மயில்ராவணன் கதை என்ற பெயரில் மச்சவல்லபன் கதையை நடத்தினர். இங்கு மச்சவல்லபனுக்கு முக்கியத்துவம் குறைவாக இருக்கும். அனுமன் வியர்வையை வழித்து எறியும் காட்சியோ கன்னிமச்சம் அதை விழுங்கும் நிகழ்ச்சியோ நிகழ்த்துதலாகக் காட்டப்படுதலில்லை. மச்சவல்லபன் பேசுவதாக இது வந்துவிடும்.

பரமசிவராவ் தன் அப்பா கோபாலராவ், அண்ணன் கணபதிராவ் ஆகியோர் வழி அறிந்த மயில்- ராவணன் கதையையே தான் நடத்துவதாகச் சொன்னார். கோபாலராவின் மூத்த மகன் சுப்பையா ராவின் பாணி வித்தியாசமானது. அவர் தன் இளம் பருவத்தில் ஸ்பெஷல் நாடகம், நவாப் ராஜமாணிக்கம் கம்பெனி, சர்க்கஸ் கம்பெனி எனப் பணி செய்தவர். அதனால் அவர் மயில் ராவணன் - கதையைப் பாடும்போது அனுமனைப் பற்றிய மரபுவழியான கீர்த்தனைகள் சிலவற்றையும் பாடுவார். அவரைப் போல இன்னொரு கலைஞரை நான் பார்த்ததில்லை.

தோல்பாவைக் கூத்துக் கலையை முதல் ஆய்வுக்கு எடுத்துக் கொண்ட மு. ராமசாமி 90களின் ஆரம்பத்தில் நாகர்கோவிலுக்கு வந்தபோது தோல்பாவைக் கூத்துக் கலைஞர்களைச் சந்தித்தார். அப்போது, 1973 அளவில் மயில்ராவணன் கதையைப் பதிவு செய்ததைப் பற்றிச் சொன்னார். அவர் பார்த்த மயில் ராவணன் கூத்து பெருமளவில் தமாஷ் காட்சிகள் உடையது என்றார்.

பரமசிவராவும், கணபதிராவும் தசகண்ட ராவணனின் சித்தி மகன் மயில்ராவணன், என்றார்கள். சுப்பையாராவ், ராவணனும் மயில்ராவணனும் உடன் பிறந்தவர்கள்; ஒரு சாபம் - காரணமாக அவன் பாதாளத்திற்குச் சென்றான் என்றார். அதோடு ஸ்பெஷல் நாடகத்தில் இப்படிச் சொல்லும் வழக்கம் உண்டு என்றார்.

மயில்ராவணன் அம்மானைக் கதையிலிருந்து பரமசிவராவ் - நடத்திய மயில் ராவணன் கூத்து கொஞ்சம் வேறுபட்டது. இந்த

வேறுபாடு தோல்பாவைக் கூத்து மயில்ராவணன் கதை தெலுங்கு அல்லது கன்னடத்துக்குக் கடன்பட்டிருக்கலாம் என்று தோன்றுகிறது.

ராவணன் தன் மக்கள் சகோதரர்கள் என எல்லோரையும் இழந்து தவித்தபோது அவனது மந்திரிகள்தாம் மயில்ராவணனைப் பற்றி நினைவுபடுத்தினர் என்பது அம்மானை கதை. கூத்தின்படி மண்டோதரியே ராவணனிடம் கூறுவதாக வரும். ராவணன் எல்லாம் இழந்து நின்றபோது மண்டோதரி வருவாள். அவள் இனியாவது சீதையை விட்டுவிடு; வேதவதியின் சாபம் பலிக்கப் போகிறது என்பாள்.

இராவணன் தன் மொத்தக் கோபத்தை மண்டோதரியிடம் காட்டுவான். அவளைப் பழிப்பான். அப்போது அவள் மயில் ராவணனிடம் உதவி கேட்பாய் இதிலும் தோற்றால் நான் விதவையாக தீயில் புகுவேன் என்பாள்.

மயில்ராவணன் ராவணனைச் சந்திப்பது, ராமனைக் கவர்ந்து சென்று காளிக்குப் பலிகொடுக்கப் போவதாக வாக்களிப்பது ஆகிய செய்திகளை திரிசடையே விபீஷணனிடம் சொல்லுகிறாள். இது அம்மானைக் கதை. தோல்பாவைக் கூத்தின்படி இந்தச் செய்தியைக் காற்றின் கடவுள் தன் மகன் அனுமனிடம் சொல்லுவதாக வருகிறது.

அனுமன் மச்சவல்லபனைச் சந்திக்கும் போது, அவன் தன் மகன் என்பதை அறிந்துகொள்ளுகிறான். இதை மச்சவல்லபனே கூறுகிறான். அனுமனின் வியர்வையில் பிறந்தவன் மச்சவல்லபன். இது அம்மானை கதை. தோல்பாவைக் கூத்து கூறும் கதை கொஞ்சம் வித்தியாசமானது.

அனுமனும் மச்சவல்லபனும் சண்டை செய்யும் போது, அசரீரி பேசுகிறது. உங்களில் யாரும் வெற்றி பெற முடியாது என்ற குரல் கேட்கிறது. அவர்கள் சண்டையை நிறுத்துகிறார்கள் அசரீரி "அனுமனே இவன் உன் மகன்" என்று சொல்லிவிட்டு குரல் மறைகிறது.

அனுமன் திகைக்கிறான். பிரம்மச்சாரியான எனக்கு மகனா? என்று தனக்குத்தானே கேட்டுக்கொள்ளுகிறான். அவனது நினைவு அசோகவனச் சீதையைத் தேடிச்சென்ற போது நடந்த நிகழ்ச்சிக்குத் தாவுகிறது. அரக்கிகள் தன்னை மறந்து உறங்கிக்கொண்டிருந்த போது தான் பார்த்த காட்சிகளால் விபரீதம் நடந்துவிட்டதா அப்போது - நிலைகுலைந்தேனா என்று யோசிக்கிறான்.

இந்த நேரத்தில் மச்சவல்லபன் பேசுகிறான். "தந்தையே உன் வியர்வையை விழுங்கிய மச்சகன்னிக்குப் பிறந்தவன் நான்:" என்கிறான். அனுமன் மச்சவல்லபனை விட்டுப் பிரியும்போது நீ என்

மகன் என்பதை யாரிடமும் சொல்லிவிடாதே என்று கெஞ்சி விட்டுச் செல்கிறான்.

தோல்பாவைக்கூத்தில் அனுமனும் மச்சவல்லபனும் உரையாடும் பேச்சு நீண்டு கொண்டே செல்லும். அனுமன் தன் பிரதாபங்களை விரிவாகவே சொல்லுவான். மச்சவல்லபன் தன் தாயின் அன்பை வெளிப்படுத்துவான். பார்வையாளரான சிறுவர்களுக்கு அலுப்பா யிருக்கும். இதையடுத்த சண்டைக்காட்சியைத் தமாஷ் காட்சியாகக் காட்டுவார் பரமசிவராவ்.

அனுமன் மச்சவல்லபனின் மேல் ஓங்கிக் குத்துவான். தான் மயங்க வேண்டுமானால் எங்கே குத்த வேண்டும் என்று மச்சவல்லபன் சொல்லியிருப்பான். அனுமன் அப்படிச் செய்வான். மச்சவல்லபவன் மயங்கிக்கிடக்கும் போது அனுமன் அரற்றி விழுவான். அப்போது பூமாதேவி வருவாள். அனுமனைச் சமாதானப்படுத்துவாள். இப்படி ஒரு காட்சி தோல்பாவைக் கூத்தில் உண்டு.

பரமசிவராவை விட சுப்பையாராவ் பரந்த அறிவுடையவர். தந்தையின் நிழலில் 30 ஆண்டுகளுக்கு மேல் இருந்தவர். அதனால் மரபுவழியான கதைகளின் நுட்பம் தெரிந்தவர். 90-களில் மயில் ராவணன் கதையை நடத்துவதை கலைஞர்களே விரும்புவதில்லை. நடத்தியவர்களும் தமாஷ் காட்சிகளையே பெரும்பகுதியில் காட்டினார்கள்.

அடிக்குறிப்பு

1 Dieter B Kapp, The Episode of Ayi and Mayi Ravana in the oral Ramayana Version of the Alu Kurumbas என்ற கட்டுரை (Page 104 - 124) Ramayana and Ramayana Edit Monika Thiel Horstman 1991 Wiesbaden

பின் இணைப்பு

இந்திய, கீழைநாட்டு மொழிகளில் வழங்கும் மயிராவணன் கதை

சமஸ்கிருதம்

ஆனந்த ராமாயணம்,

மயில்ராவணன் சரிதம் அரசு கையெழுத்துப் பிரதிநூலகம் சென்னை ஹனுமந்த விஜயம் மேற்படி

வங்காளம்

கிரித்திவாக மகிராவண பாலா

காசிராம தனபர்வம்

அசாமி

அனந்தகண்டலி மகிராவணன் கதை

ஆனந்த கண்டலி பாதாளகண்ட ராமாயணம்

சந்திர பாரதி மகிராவண சரித ஆரு வேதால சந்திர உபகன்யா

அல்லது

மகிராவணவதை

வித்திய பஞ்சன்னா பாதாள கண்டா

ஓரியா

பாலராமதாசா தட்சிணி ராமாயணம் அல்லது

தண்டி ராமாயணம்

விஸ்வநாத அவுனித்ய விசித்திர ராமாயணம்

விக்கிரம நரேந்திர ராமலீலா

சிசு ஈஸ்வரதாச நளராமசரிதம்

மகிராவண வதை

இந்தி

அத்தைவ ராமலிங்கமிர்தா

குஜராத்தி

நர்மத கோஷா

மராத்தி

ரகுநாத பாகவத ராமாயணம்

முகேஸ்வரஅயி மயி ராவணவதை

கன்னடம்

மயிராவண கலகம்

கவுசிக ராமாயணம்

தமிழ்

மயில்ராவணன் அம்மானை

மலையாளம்

பாதாள ராமாயணம்

கீழைநாடுகள்

தாய்

ராமகியன்

லாவோசியன்

தாவ்யதுராபி

சாஹை

பாரலக பாராலாம்

பர்மா

திரிராமா

மலாய்

ஹிக்யத் சேரி ராமா

சுப்பையா ராவ் பாடிய பாட்டு

அனுமன் மயில்ராவணனைச் சந்தித்த போது, மயில்ராவணன் அனுமனை யாரெனக் கேட்பதும், அவள் பதில் சொல்லுவதுமான சுந்தரகாண்டக் கூத்துப் பாடலையே மயில் ராவணன் கதையிலும் பாடினார் சுப்பையா ராவ்.

யாரடா குரங்கே அறிவாயோ இலங்கை
அச்சமில்லாமல் அடங்கியே செல்லாமல்
கம்பத்தின் மேலே கர்லனைப் போல யாரடா குரங்கே
ராமசாமி தூதன்நானடா அட ராவணா
நான் அடா என் பேர் அனுமன் அட
ஆதிமூர்த்திதானே மீட்க வந்தேன்

இப்பாடல் வரிகள் அருணாசலக் கவிராயரின் இராமநாடகக் கீர்த்தனை நூலில் உள்ளது. இப்பாடலைப் பரமசிவராவும் பாடுவார். இவருடன் இத்தகு பாடலைப்பாட யாருமில்லையாகிவிட்டது.

நாகர்கோவில் இந்துக் கல்லூரி,
ராமாயண அறக்கட்டளை சொற்பொழிவு,
ஜனவரி, 2019

9. நாட்டார் தெய்வங்களின் சாதிய உடன்பாடுகள்

நாட்டார் தெய்வ வழிபாட்டையும் அது தொடர்பான சாதி முறித்த செய்திகளையும் சேகரித்து வரன்முறைப்படுத்திப் பார்க்கும் முயற்சி தமிழகத்தில் பெரிய அளவில் நடக்கவில்லை. சாதிகளுக்கும் நாட்டார் தெய்வங்களுக்கும் உள்ள உறவு வட்டார வழக்காறு சார்ந்தது. நிறுவன சமயத்திற்கும் பிராமணர்களுக்கும் உள்ள உறவு காவிய புராண அடிப்படையிலும் வட்டாரத் தலபுராண அடிப்படை யிலும் தொகுக்கப்பட்டு வடிவம் பெற்றது போல நாட்டார் தெய்வங் களுக்கும் சாதிக்கும் உள்ள உறவுகள் துல்லியமாகப் பார்க்கப்பட வில்லை.

வைதீக தெய்வங்களுக்கும் பிராமணர்களுக்குமான உறவு வரன்முறைப்படுத்தப்பட்டது. காலங்காலமாகத் தொடர்வது, நாட்டார் வழிபாடு இதற்கு எதிரானது. இந்த உறவு குறித்த செய்திகளை ஆய்வாளர்களே சேகரிக்க ஆரம்பித்தனர். இதன் வழி தமிழக சாதிகள், மக்களின் குடிப்பெயர்ச்சி பற்றித் தொகுத்துள்ளனர். குறிப்பாக தெய்வங்கள் குறித்த கதைப்பாடல்களிலும் நிகழ்த்து கலைகள் குறித்த செய்திகளிலும் சாதி, குடிப்பெயர்ச்சி பற்றிய செய்திகளைத் தேடமுடியும்.

சாதி என்பது மணஉறவுகளுக்குத் தடையாக இருப்பது, ஒரு சாதியைச் சார்ந்தவர்கள் சேர்ந்து உண்பதில் கட்டுப்பாடு உண்டு. சாதி பிறப்பு அல்லது தொழில் காரணமாக அமைவது. சாதியை மாற்றுவது எளிதானது அல்ல (M.N. Srinivas 1962 P. 67). இந்தக் கருத்து கர்நாடக வழக்காற்றியலின் அடிப்படையில் உருவாக்கப்பட்டது ஆயினும் தமிழகத்திற்கும் இது பொருந்தும்.

தமிழகத்தில் சாதி குறித்த சிந்தனை சங்க காலத்திலேயே உருவாகிவிட்டது. கல்வியின் பெருமை பேச வந்த புறநானூற்றுப் பாடலில் வரும் நான்கு குலம், மேற்குலம், கீழ்க்குலம் என்பவை முக்கிய சான்று. அன்றைய சமூகத்தில் பார்ப்பனர்களில் சிலர் தங்களை வேறுபட்டவராய் அடையாளப்படுத்திக்கொண்டனர். இது பற்றிக் குறிப்புகள் உள்ளன. (நற்றி 321, ஐங்குறு 202, பதிற்றுப் 63, பரிபாடல் 14).

பல்லவர் காலத்தில் பார்ப்பனரின் எழிற்சி ஆரம்பித்துவிட்டது. சங்க காலத்தில் மரியாதையுடன் நடத்தப்பட்ட பாணர் சாதியினர் பல்லவர் காலத்தில் தீண்டத்தகாதவர் ஆயினர். பிற்காலச் சோழர் காலத்தில் கலவரம் வரும் அளவுக்குச் சாதிகளின் எண்ணிக்கை அதிகரித்தது. முரண்பாடு வரன்முறைப்படுத்த வேண்டிய அவசியம் ஏற்பட்டது. பிற்காலப் பாண்டியர், நாயக்கர், மராட்டியர் ஆகிய சாதிகளைக் கட்டுப்பாட்டுடன் வைத்திருந்தனர். இதனால் சாதிய உரிமைகளும் தொழில்களும் வரன்முறைப்படுத்தப்பட்டன.

சாதியைப் பேணுவதில் சோழர்களுக்கும் நாயக்கர்களுக்கும் சளைக்காதவர்கள் ஆங்கில அதிகாரிகள். குறிப்பாக இந்தியர்கள் தங்கள் குலத்தொழில்களை விடக்கூடாது என்பதில் கவனம் செலுத்தினர். சாதிகளின் கலப்பற்ற குணமே குலத்தொழில்களைப் பாதுகாக்கும் என்ற சூட்சுமம் அவர்களுக்குத் தெரியும். 1794ல் வெளிவந்த அறிக்கை ஒன்றில் பிரிட்டீஷ்காரரான சர் வில்லியம்ஸ் என்பவர் மநுநூலின் நுண்மைப் பாகுபாட்டுக் கொள்கைகளைக் கடைப்பிடித்தால் பலகோடி இந்துக் குடும்பங்களின் குலத்தொழில் வழக்கம் குலையாமல் இருக்கும், இது பிரிட்டனுக்குக் கூடுதல் செல்வத்தைக் குவிக்கும் என்கிறார். (குணா மேற்கோள் 1979 ப. 6).

மேல் நாட்டவர்கள் தென்னிந்திய சாதிகளையும் வழக்காறு களையும் ஆராய்ந்ததன் நோக்கம் சாதியப் பிளவின் காரண சூத்திரத்தை அறிவதற்குத்தான். இந்தத் தேடலால் இந்தியரைப் பிரித்தே வைத்திருக்கும் கருத்தாக்கத்தை உருவாக்கினர். இது வெள்ளை அதிகாரிகளுக்குப் பயன்பட்டன.

பிரிட்டீஷ் ஆராய்ச்சியாளர்களைக் குறித்து விமர்சித்தவர்கள், "இவர்கள் மக்கள் இயக்கங்களை ஒடுக்குவதற்கும் அவற்றைப் பிளவு படுத்துவதற்கும் சாதியத்தைப் பயன்படுத்திய அதிகாரிகளுக்குத் தீனிபோட்டார்கள்" என்கின்றனர். (குணா 1979 ப. 7) இந்தப் பின்னணியில்தான் நாட்டார் வழக்காறுகளைச் சேகரித்த மேல் நாட்டாரின் ஆய்வை அணுக வேண்டும்.

தமிழகத்தில் கி.பி. 14-18 ஆம் நூற்றாண்டுகளில் வலுவான ஆட்சி நடக்கவில்லை. தென்பாண்டிப் பகுதியில் ஓயாத சண்டை, தடி எடுத்தவன் தண்டல்காரன் (வரிப்பிரிப்பவன்) என்ற நிலை இருந்தது. குட்டி அரசர்கள் தங்களை கடல் சூழ்ந்த உலகிற்கு உரிமை உடையவர் களாக நினைத்துக் கொண்டனர். உள்நாட்டில் நடந்த இந்தச் சூழ்நிலையைக் கிழக்கிந்தியக் கம்பெனி அதிகாரிகள் சாதகமாக்கிக் கொண்டனர். அதோடு உள்நாட்டு சாதி துவேசத்தைத் தூண்டவும் செய்தனர். உள்நாட்டுக் கலகத்தின் ஒருபக்கம் இணைந்து கொண்டோ

ஒரு பக்கம் சார்ந்தே தங்களைத் தக்க வைத்து வாணிபத்தைப் பெருக்கிக் கொண்டனர் (கே. கேசவன் 1985 பக் 59-60).

இந்தக் காலகட்ட வரலாற்றை எழுதியவர்களில் பெரும்பாலோர் கிழக்கிந்தியக் கம்பெனி ராணுவ அதிகாரிகளின் குறிப்புக்களையோ அதிகாரிகள் பிரிட்டனில் இருந்த தம் உறவினர்களுக்கு எழுதிய கடிதங்களையோ பாதிரிகளின் பதிவுகளையோ நம்பினர் ஆனால் இவற்றிற்கு எதிரான அல்லது வேறுபட்ட பதிவுகள் நாட்டார் வழக்காற்றில் உள்ளன. குறிப்பாக சாதி பற்றிய பதிவுகள் கதைப்பாடல் களிலும் நிகழ்த்து கலைகளுக்குரிய கதைப்பாடல்களிலும் உள்ளன. இவை குறித்த ஆழமான பரந்த ஆய்வு பெரிய அளவில் - வரவில்லை. தென் பாண்டிப் பகுதிகளில் உள்ள கதைப்பாடல்களில் குறிப்பிடப் படும் சாதி பற்றிய செய்திகள் நாட்டார் தெய்வங்களையும் வழிபாட்டு முறைகளையும் புரியப் பெரிதும் பயன்படும்.

ஒவ்வொரு கிராமங்களிலும் வாழ்ந்த மக்கள் தங்களின் சாதிகளை அடையாளப்படுத்திக்கொண்டு கூட்டமாக வாழ்ந்தனர். வீடுகள் கட்டிக்கொள்ளுவதிலும் தெருக்களை அமைப்பதிலும் சாதிகள் அடையாளப்படுத்தப்பட்டன. இதைக் கதைப்பாடல்கள் உற்சாகமாக வருணிக்கின்றன. இதில் முத்தாரம்மனின் குடியிருப்பை உருவாக்கும் போது சாதியின் அடுக்கும், சாதி தெருவாரியாக இருக்க வேண்டிய மரபும் பின்பற்றப்பட்டதையும் குறித்த செய்திகள் வருகின்றன. முத்தாரம்மனின் வளர்ப்பு மக்களான முப்புராதியர்களை அழிப்பதற் காகச் சிவன் நெருப்பை ஏவினார். அது அவர்களின் கோட்டையையும், வாரையும் அழித்தது. இப்படி அழியும் காட்சியை முத்தாரம்மன் கதை வருணிக்கும் போது சாதிக்கேற்றவாறு தீ பரவுவதாகக் கூறும்.

பதினெட்டு பத்தொன்பதாம் நூற்றாண்டுகளில் தென்பாண்டிப் பகுதிகளில் இருந்த பாளையப்பட்டு குறுநில அரசர்களின் படை களின் பகுப்பு சாதி வாரியாக இருந்தது. எல்லா சாதிப்பிரிவினரும் படைகளில் இருந்ததால் இந்த ஏற்பாடு இருந்திருக்கலாம். இது குறித்து தோட்டுக்காரி அம்மன் கதை என்ற நூலில் மேற்கோள் வருகிறது கோனேராசன் என்ற சிற்றரசன் நெல்லைச் சீமையில் இருந்த தன் படைகளைத் திரட்டும் போது சாதி வாரியாக வகைப்படுத்துகிறான். சுடலைமாடன் என்னும் நாட்டார் தெய்வம் தன்னை வழிபடாதவர்களைக் கொல்லும்போது சாதி வாரியாகவே கொல்லுகிறது.

கதைப்பாடல்கள் சாதிகளின் கட்டமைப்பிற்கு உட்பட்டே நிகழ்ச்சிகளை விவரிக்கின்றன. ஒருவர் இன்னொருவரைச் சந்திக்கும் போது சாதியைக் கேட்பது தவறாகக் கருதப்படவில்லை. இப்படி

அழைப்பது பெருமையாகவும் கருதப்பட்டது (பிச்சக்காலன் கதை பக் 47, 48). பெண்களைக்கூட சாதி சொல்லி அழைக்கும் வழக்கம் இருந்தது (மேற்படி பக். 58). ஒரு சாதி தனக்குக் கீழானதாகக் கருதப் பட்ட சாதியை மதிப்பதில்லை.

ஒடுக்கப்பட்ட சாதியினர் தங்கள் சாதியைத் தாழ்ந்ததாகவும் இழிந்ததாகவும் பேசும் வழக்கு இயல்பாகவே இருந்தது. மக்கள் பிராமணர்களிடம் கொண்ட வெறுப்பு கதைப்பாடல்களில் வெளிப் படையாகக் காட்டப்படுகிறது. அகால மரணமடைந்து தெய்வமா கின்றவர்கள் தன் மரணத்திற்குக் காரணமானவர்களையும் தனக்குப் பிடிக்காதவர்களையும் பழிவாங்குவதாகக் காட்டுவது ஒரு நாட்டார் மரபு. இந்தவகைக் கதைப்பாடல்களின் இறுதிப்பகுதியில் இப்படி யான பழிவாங்கும் நிகழ்ச்சி ஆவேசமாக வருணிக்கப்படுகிறது.

தென்பாண்டிப் பகுதிகளில் உள்ள கதைப்பாடல்களில் தெலுங்கு பேசிய மக்களின் மேல் இருந்த வெறுப்பு குறித்த செய்திகள் பல உள்ளன. 16, 17-18 ஆம் நூற்றாண்டுகளில் விஜயநகர அரசின் படைத் தலைவர்களும், மதுரை நாயக்கப் படைத்தலைவர்களும், நெல்லைச் சீமையில் இருந்த கூலிப்படைத் தலைவர்களும் தென் மாவட்டங்களில் படை எடுத்த நிகழ்ச்சிகள் மக்களின் வெறுப்புக்குக் காரணமாயின.

பொதுவாக அகால மரணமடைந்து தெய்வமானவர்களே தங்களைக் கொன்றவர்களைப் பழிவாங்குவார்கள். ஆனால் மதுரை நாயக்கர்களையும்- தெலுங்கு பேசிய பெண்களையும் பழி வாங்க தெய்வங்கள் போட்டிபோட்டுக் கொண்டு வந்ததைக் கதைப் பாடல்கள் காட்டுகின்றன.

கதைப் பாடல்களில் திருமண மறுப்பும் அதனால் விளைந்த கொலையும் சோகத்துடன் காட்டப்படுகின்றன. திருமண மறுப்பிற்குச் சாதியும், சாதியின் உட்பிரிவுகளும் காரணமாயிருந்தன. தென் மாவட்டங்களில் கிடைக்கின்ற கதைப்பாடல்களில் சில சாதி முரண்பாட்டின் காரணமாக - உருவாக்கப்பட்டவை. மெச்சும் பெருமாள் பாண்டியன் கதை மாறுபட்ட சாதியில் மணம் செய்தால் ஏற்படும் எதிர்விளைவை

    நம்முடைய சாதியிலே
    நாம் தவறி நடந்தோமானால்
    சாதி விலக்கி வைப்பர்
    தரக்குறைவாய் பேசிடுவர்
    நன்மை தின்மைக்குச் சேரமாட்டார்
    நம்மிடத்தில் சம்பந்தம் கொள்ளாரே

என்று கூறுகிறது.

ஒரே சாதியில் உள்ளவரும் கிளை / உட்பிரிவு பார்ப்பது நடைமுறையில் இருந்தது. இது கதைப்பாடல்களில் குறிப்பிடப் படுகிறது. பிச்சக்காலன் கதையில் ஒரு நிகழ்ச்சி. பிச்சக்காலனின் தாயிடம், ஒருவன் அவள் மகளை மணம் பேச வந்தபோது "நாம் ஒரு சாதி என்றாலும் கிளை வேறல்லவா; இரந்து குடித்தாலும் என் மாற்றுக்குறைந்திடுமோ! சுட்ட மண்ணும் பச்ச மண்ணும் ஒன்றாகப் பொருந்துமோ" என்று கேட்கிறாள்.

நாட்டார் கோவில்களுக்கும் சாதிகளுக்கும் உள்ள உறவு பிரிக்க முடியாதது. தெய்வங்களுக்கும் சாதிகளுக்கும் உள்ள உறவு போன்றது தான் இது. இந்தியச் சாதியமைப்புகள் தொழிலில் பகுப்பிற்குக் காரணமானது போலவே நாட்டார் தெய்வங்களின் தோற்றத்திற்கும் தொன்மத்திற்கும் சாதிகளும் - காரணமாயிருக்கின்றன. சாதியப் பாகுபாட்டின் வீச்சு அதிகமான காலகட்டத்தில்தான் நாட்டார் தெய்வங்கள் தொடர்பான தொன்மங்களும் வேகமாக உருவாக்கப் பட்டிருக்கின்றன.

நாட்டார் தெய்வங்களுக்கும் அவற்றின் தோற்றங்களுக்கும் உள்ள உறவைப் புரிந்து கொள்ளுவதற்கு முன் அவற்றின் கோவிலுக்கும் அவை தொடர்பான சாதிகளுக்கும் உள்ள உறவைத் தெரிந்து கொள்ளுவது அவசியம். தென் மாவட்டங்களில் நடத்திய கள ஆய்வின் அடிப்படையில் இந்தக் கோவில்களின் நிலையை

ஊர்த்தொடர்பானவை, ஊரிலுள்ள குறிப்பிட்ட சாதிகளுக்கு உரியவை. குறிப்பிட்ட சாதியினருக்கு மட்டுமே உரிமை உடையதாக இருந்து பின் வேறு ஊர்களுக்குத் தெய்வம் பரவுதலின் காரணமாக கோவிலும் வேறு சாதிகளுக்கும் உரிமை உடையது ஆனவை.

குறிப்பிட்ட சாதிகள் சிலவற்றிற்கு குடும்ப தெய்வமாக இருப்பதன் காரணமாக இந்தச் சாதிகளுக்கு உரிமை உடையது ஆனவை

ஒரு சாதியில் குறிப்பிட்ட குடும்பம் அல்லது சில குடும்பத்தின் வம்சாவழியினருக்கு உரிமை உடையதாக இருப்பவை

என்று வரைமுறைப்படுத்தலாம் என்று தோன்றுகிறது.

தென் மாவட்டங்களில் சாதிகளின் கூட்டமைப்பை ஒற்றுமைப் படுத்தும் காரியங்களில் அம்மன் அல்லது மாடன் கோவில்களுக்கு இடமுண்டு. ஒருவகையில் நிறுவனத் தெய்வங்களின் கோவில்களுக்கும், சமூகத்துக்கும் உள்ள உறவிலிருந்து இது வேறுபட்டது. நிறுவனக் கோவில்கள் அவை சார்ந்த சமூகத்தின் கலை இலக்கியங்களை

வளர்ப்பது அல்லது தொடர்பு கொண்டது போன்ற காரியங்கள் நாட்டார் கோவில்களுக்கு இல்லை.

நாட்டார் கோவில்களுக்கும் சாதிகளுக்கும் உள்ள உறவு குறித்த செய்திகள் நுட்பமாக ஆராயப்படவில்லை. இது வட்டார மரபு சார்ந்தது. வட்டாரந்தோறும் இந்த மரபு மாறுபடலாம். நாட்டார் கோவில்களின் சாதி மரபைப் பின்பற்றுவதில் உள்ள வேகம் நிறுவன சமய வழிபாட்டு சாதியின் வேகத்திற்குக் குறைந்ததல்ல.

நாட்டார் கோவில்களில் சில குறிப்பிட்ட சாதியின் உட்கிளை யினருக்கு மட்டுமே உரிமை உடையன. இத்தகு கோவில்களில் சாதியமைப்பின் சக்தியே முன்னிறுத்தப்படுகிறது.

நிறுவனக் கோவில்களில் எல்லா சாதியினரும் நுழையும் உரிமை பற்றிய போராட்டம் குறித்த செய்திகள் விரிவாகவே எழுதப் பட்டுள்ளன. ஆனால் நாட்டார் கோவில்களிலும், சாதிய உரிமைப் போராட்டம் நடந்தது பற்றிய செய்திகள் சேகரிக்கப்படவில்லை.

ஒரு நாட்டார் கோவில் குறிப்பிட்ட சாதிக்கு மட்டும் உரிமை உடையதாக இருந்தாலும் கோவில் விழாக்காலங்களில் அந்தக் கோவில் தொடர்பான பணிகளில் வேறு சாதிகளும் பாத்தியதை கொண்டாட முடியும். திருச்சி குழுமாயி அம்மன் கோவிலின் 9ஆம் நூற்றாண்டு கல்வெட்டில் இதற்கு சான்று உண்டு (கருப்பையா 1991 ப. 231).

நாட்டார் தெய்வ வழிபாட்டில் சாமியாட்டத்திற்கும் சாதிக்கும் உள்ள உறவு கூட பிரிக்க முடியாதது. கோவிலைச் சார்ந்தவர் சாமியாடி யைத் தெய்வமாக நினைப்பர். அவருடன் உரையாடுவது பக்தனுக்கும்-தெய்வத்துக்கும் உள்ள உறவைக் காட்டும் ஆனால் கோவிலைச் சார்ந்தவர்கள் சாமியாடி தன் சாதியைச் சார்ந்தவராக இருக்க வேண்டும் என்றே - நினைக்கின்றனர். தெய்வம், வழிபடுபவர், சாமியாடுபவர் எல்லாம் ஒரே நேர்கோட்டில்தான் இருக்க முடியும்.

அடிக்குறிப்புகள்

1. பார்ப்பார் தெருவது வைத்திடுவாராம்
வைசியர் தெருவது வைத்திடுவாராம்
இடைக்குடி மறக்குடி வைத்திடுவாராம்
பலசாதி தெருக்கள் தனித்தனியாக
கலந்துவிடாமல் கட்டிலைத்தாராம்

(முத்தாரம்மன் கதை 1970 ப. 27.)

2 இடக்குடி மறக்குடி எரியுது பாராய்
பட்டாரியர் குடியது எரியுது பாராய்
பார்ப்பார் குடியது வேகுது பாராய்
செட்டியார் தெருவது எரிவது பாராய்
துலுக்கர் தெருவது அழிக்குது பாராய்

(முத்தாரம்மன் கதை 1970 ப. 86)

3 வடகரை நாட்டில் மறவர் படைக்கும்
காடான காற்று மலை வன்னியர்க்கும்
கம்பளத் தோட்டியர்க்கு ஓலை எழுதி
வன்னியர் கொத்தங்குளத்திலுள்ளோர்க்கும்

(தோட்டுக்காரி அம்மன் கதை 1952 ப. 58)

4 செட்டியார் தெருவை எல்லாம்
சின்னாபின்னம் ஆக்குவானாம்
திட்டெனவே வாணியர்கள்
தெருவை எல்லாம் அழிப்பானாம்
பட்டாணிமார் தெருவும்
பகட்டு துலுக்கர் தெருவும்
கட்டாகத் தான் நொறுக்கிக்
கைக்கோளர் தெருவுடனே
சாலியர் தெருவதையும் தடியாலே
கொல்லுவானாம்
வெள்ளாளர் தன் தெருவும்
வேதியர்கள் தன் தெருவும்
மறவர் தெருவானதிலும் மாய் மாலம்
செய்திடுவான்
குறவர் முதலானவரை குமண்டை
செய்வான் மாடனவன்

(சுடலை மாடன் கதை மூலஏடு)

5 ஆங்குறையும் இடைச்சியிடம் அரிதிப்பிள்ளை
அமுதுகொடு என்றுரைத்து இரந்து நிற்க
இடைச்சியுமே யோசித்து தான் கேட்டாள்
மங்கையவள் உன்சாதி என்னவென்று
கேட்டிடவே மறத்தியுமே தன் சாதி

(பிச்சைக்காலன் கதை ஏடு)

6 புத்தளத்து நாடார்கள் ஒன்றாய் கூடி
பள்ளர் பறையர்களை அடிமையாக்கி
கட்டிலைச் சுமந்துவர அடித்துக் கூறி
பறைச்சாதி சுமந்த கட்டில் தீண்டுவாரோ
என்று குழி நாடார் கேட்டபோது
கட்டிலவதான கதை ஏடு
சீர் சிறந்த மணப்பாடு தேசந் தன்னில்
தீண்டாத சாதியிலே உதித்ததீரர்
பார்புகழ் புலமாடன் வண்ணார்
தீண்டாத சாதியிலே தேடிவச்ச ஆபரணமே
மூண்டாத பழியெல்லாம் எப்படித்தான் வந்ததப்பா

(புலமாடன் கதை ஏடு)

7 நாயல்லவோ எங்கள் குலம் ஓ நயினாரே
நாற்றமுள்ள விடக் கொடுப்போம் ஓ நயினாரே
செத்த மாடறுக்க வேணும் ஓ நயினாரே
சேரிக்கெல்லாம் பங்கிடணும் நயினாரே
ஆட்டுத்தோலும் மாட்டுத்தோலும்
அழுக வைப்போமே
சாராயம் கள் குடிப்போம் வெறி நாங்கள்
சாதியிலே சக்கிலியன்தான் ஓ நயினாரே

(முத்துப்பட்டன் கதை)

8 வரிசையுடன் தேரேறி
வந்து கண்ட பிரம்மசக்தி
வடுகர்குல வம்சத்தை
வதைகள் செய்வார் பிரம்மசக்தி

(பிரம்மசக்தி ஏடு)

மதுரை படை வீட்டில்
ஆதாளி செய்வதற்கு
ஓடிவாறார் பலவேசம்
வடுகரையும் வடுகச்சியும்
வதைப்பதற்கே வாறாரே

(பலவேசமுத்து ஏடு)

தெலுங்கச்சி தாலிகளைக் குவித்து
கொட்டையும் கவுதடி ஒன்றாய் வதைத்து
வக்கினம் இல்லாமல் வாறாரே பலவேசம்

(பலவேசமுத்து ஏடு)

உதவிய கதைப் பாடல்கள்

    ஆத்திரமுடையார் ஏடு
    ஐவர்ராசாக்கள் கதை
    கன்னடியள் போர்
    சின்னநாடான்கதை
    சிதம்பர நாடார்கதை
    தோட்டுக்காரி அம்மன்கதை
    பூலங்கொண்டாளம்மன் கதை
    முத்துப்பட்டன் கதை
    மெச்சும்பெருமாள் பாண்டியன் கதை
    வெங்கலராசன் கதை
    வன்னிராசன் கதை
    வள்ளியடி மறவன் கதை

பாளையங்கோட்டை தூய சவேரியார் கல்லூரி,
கருத்தரங்கு, பெப்ரவரி, 2017

10. இந்திரன்: ஆதிகாலக் கடவுள்

இந்திய மொழிகளில் உள்ள ராமாயணங்களிலும் சிறிய பெரிய இலக்கியங்களிலும் நுட்பமாய் பல்வேறு மாற்றங்களைப் பெற்ற தொன்மங்களில் இந்திரன் அகலிகை கதை முக்கியமாகக் கருதப் படுகிறது. இக்கதை மன அடக்கத்துக்குச் சான்றாக தத்துவார்த்தமாகக் கூறப்பட்டது. தமிழ் இலக்கியப் பரப்பில் இந்திரன் பற்றிய செய்திகள் சங்க காலத்திலிருந்தே கிடைக்க ஆரம்பித்து விட்டன.

இந்தியாவின் மிகப்பழைய தொகுப்பு நூற்களான ரிக் வேத சூத்திரங்களில் இந்திரன் முக்கிய தெய்வமாகக் காட்டப்படுகிறான். பொதுவாக ரிக்வேத தெய்வங்களை விண்ணைச் சார்ந்த தெய்வம், மண்ணைச்சார்ந்த தெய்வம், மண்ணுக்கும் விண்ணுக்கும் இடை வெளியில் நிற்பவை என மூன்றாகப் பகுக்கின்றனர். இவற்றில் இந்திரனை மூன்றாம் வகையில் சேர்க்கின்றனர்.

வேதங்களில் கூறப்பட்ட மித்திரன், வருணன், ஆதித்தியன், அக்கினி, சோமன், வாயு என்னும் தெய்வங்கள் தனித்தனியே ஒன்றாகக் கூறப்பட்டாலும் வேதகாலத்திற்குப் பின் இவை தனித் தெய்வங் களாயின. ரிக் வேதங்களை ஆராய்ந்தவர்கள், இந்த நூலில் கூறப்படும் மொத்தத் தெய்வங்களில் கால்பங்கு அளவு இந்திரனைப் பற்றியவை என்கின்றனர்.

வடமொழி இலக்கிய வரலாறு - என்ற நூலில் கைலாசநாதக் குருக்கள் இந்நூலில் இந்திரன் மிகப்பழைய தெய்வம்; இவன் பார்சிய அவஸ்தாவில் குறிப்பிடப்படும் அசுரனை அழித்தான் என்கிறார். (மேற்படி ப. 66). இந்திரன் 3400 ஆண்டுகளுக்கு முற்பட்ட தெய்வம் என்பதற்கு ஒரு கல்வெட்டை மேற்கோள் காட்டுகிறார் குருக்கள். கி.மு. 1400 அளவில் வாழ்ந்த ஹிட்டைட்டிஸ் என்ற இனம் தொடர்பான கல்வெட்டு நகலில் - தெய்வங்கள் சிலவற்றின் பட்டியல் உள்ளது, இவற்றில் இந்திரனும் ஒருவன்.

பழம் வேதங்களில் இந்திரன் - சூரியனாகவும் பிரஜாபதியாகவும் போற்றப்படுகிறான். இந்திரனின் உடலில் அடிப்பகுதியிலிருந்து (அதோ பாகம்) விசுவாமித்திரர் உட்பட ஏழு பேரும் மேல் பாகத்தில்

வால் கில்யர் உட்பட எட்டு பேரும் பின்புறத்தில் ஒன்பது பேரும் முன்புறம் 11 பேரும் ஆக 35 பேர்கள் தோன்றினர் என்பது ஒரு கதை.

அரக்கர்களை அழிக்க இந்திரனைக் கூவி அழைக்கப்படுவதான செய்தி வருகிறது (கைலாச நாதக் குருக்கள் ப 105). யாகங்களில் பாடப்பட வேண்டிய தெய்வங்களில் இந்திரனும் ஒருவன் எனச் சாமவேதம் கூறும். இந்திரன் பிரஜாபதியிடம் பத்து ஆண்டுகள் பணிந்து இருந்து ஆன்மா பற்றிய அறிவைப் பெற்றான் என உபநிடதம் கூறும், என்கிறார் கைலாசபதி (மேற்படி).

இந்திரனின் வடிவம் பற்றிய வர்ணனை ரிக் வேதத்தில் வருகிறது. இவன் பழுப்பு நிறத்தாடியும் பழுப்பு நிறத் தலைமுடியும் உடையவன். இந்திரனைப் பற்றி ரிக்வேதம் சொல்லும் செய்திகளை அறியும்முன் ரிக்வேதம் குறித்த சிலவற்றைத் தெரிந்து கொள்ளுவோம்.

ரிக்வேதம் பாட்டுகள் மட்டுமே அடங்கிய தொகுப்பு. வாமதேவர், அத்திரி வசிட்டர் என ரிஷிகள் பாடிய இப்பாட்டுகள் பல்வேறு காலத்தவை, மாக்ஸ் முல்லர் கி.மு. 1500-1200 ஆண்டுகளுக்கு முற்பட்டவை இப்பாடல்கள் என்பார். கிமு 1200-1000 ஆண்டுகளுக்கு உட்பட்டவை என்ற கருத்தும் உண்டு.

பழைய யாப்புமுறையில் அமைந்த இப்பாடல்களின் ஓசை முக்கியமாகக் கருதப்படுகிறது. இயற்கை வழிபாடு பற்றிய செய்திகள் இந்நூலில் உண்டு. வேதங்களை முறையாய்ப் படித்தவர்கள் இதன் பாடல்களை ஓசை உயர்த்தியும் தாழ்த்தியும் நடுநிலையில் ஒலிக்க வேண்டும் என்று கூறுகின்றனர். பஞ்ச ஆறுகள் பாயும் பஞ்சாப் பகுதி மட்டுமே ரிக்வேதத்தில் முன்னிலைப்படுத்தப்படுகின்றன.

ரிக்வேதத்தில் புருஷசூக்தம் தவிர பிற இடங்களில் சாதி பற்றிய குறிப்பு இல்லை. ஒரு இடத்தில் மட்டும் பிராமணன், ராஜ்யன், வைசியன், சூத்திரன் என்னும் சொற்கள் வருகின்றன (கைலாசநாதக் குருக்கள், P. 44). ஒருவன் விரும்பிய பெண்ணை மணக்கத் தடையில்லை. உழவு அப்போது போற்றப்பட்ட தொழில், பசுவும் எருதும் செல்வம். கடல் பற்றிய செய்தி ரிக் வேதத்தில் இல்லை.

அன்று இயற்கை வழிபாடு நிலவிய காலம். பழைய ரிக் பாடல் களில் சூரியன் வருகிறான். பழைய வழிபாட்டை மூன்றாகப் பிரிக்கிறார் குருக்கள். விண்ணைச் சார்ந்த தெய்வங்கள் (மித்திரன், வருணன், ஆதித்யன், சூரியன், விஷ்ணு, உஷை, அஸ்வினி, தேவர்கள்) மண்ணுடன் தொடர்புடைய தெய்வங்கள். (அஸ்வினி, பிரகஸ்பதி, துவஷ்டா, சோமன், சரஸ்வதி) கண்ணுக்கும் மண்ணுக்கும் நடுவில்

உள்ள தெய்வங்கள் (இந்திரன், உருத்திரன், வாயு, நீர்த்தெய்வமான அப்பு) ஆகியன. என்கிறார்.

இந்தத் தெய்வங்களைப் பாராட்டும் விதத்தில் இதன் பண்புகளை அறியலாம். உதாரணமாக வருணனைப் பற்றிய செய்திகள் சில வருகின்றன. ரிக் வேதத்தில் வருணனின் கை, கால், முகம் போன்ற உறுப்புகளின் வருணனை உள்ளது. அவனது செயல்பாடுகளும் காட்டப்படுகின்றன. வருணன் அரசனுக்குரிய மதிப்புடையவனாகக் காட்டப்படுகிறான். இந்திரன் இயற்கையை - குறிப்பாக நீரையும் நதிகளையும் ஒழுங்குபடுத்தியவன். இவனது கட்டுக்குள் இவை கீழ்ப்படுகின்றன.

ரிக் வேதம் குறித்த தெய்வங்களில் இந்திரனைப் பற்றிய தகவல்கள் நிறையவே கிடைக்கின்றன. ரிக்வேதம் கூறும் அஸ்வினி தெய்வங்களில்- தேவர்கள் முக்கியம். இந்திரன் இவர்களில் முக்கியப்படுத்தப் படுகிறான். ரிக் வேதத்தில் இந்திரன் சிறந்த போர் வீரனாகவே காட்டப்படுகிறான்

இவன் 99 நகரங்களைப் போரில் வென்றவன். வீரர்களின் தலைவன். இவனது தேரை மாதலி என்பவன் ஓட்டுகிறான். இவன் விருத்திரனுடன் அடிக்கடி போரிட்டதால் விருத்திரஹா என அழைக்கப்படுகிறான். போர்க்களத்தில் இவனுக்கு அக்கினி உதவுகிறார். ஒரு காலத்தில் மலைகள் சிறகுகள் உடையதாய் பறந்து கொண்டிருந்தன. இந்திரனே அவற்றை ஒரு குறிப்பிட்ட இடத்தில் இருக்குமாறு போரிட்டு அடக்கினான்.

இந்திரனுடைய ஆயுதம் வஜ்ராயுதம். இதை இடி என்று ரிக்வேதம் வருணிக்கிறது. இந்திரனுக்கு உவமையாகக் கூட இடி வருகிறது, இதை உருவாக்கியவன் துவஷ்டா, இது இரும்பாலானது. கூரிய முனைகள் உடையது. பொன்போல் ஒளி வீசுவது, ஒருமுறை இந்திரன் தன் வஜ்ராயுதத்தால் பூமியைக் கீறி தண்ணீரைக் கொண்டு வந்தான்.

இந்திரனிடம் வில், அம்பு, ஈட்டி என்னும் ஆயுதங்களும் இருந்தன. ஈட்டி வளைந்திருக்கும். இவனது வில்லிலிருந்து புறப்படும் அம்பு தோத்திரப்பாடல் போல் வேகமாகச் செல்லுகிறது, இந்திரனின் பகைவனாக இருள் இருக்கிறான்; இவன் ஒரு அரக்கன். இந்திரன் இடியை இவன்மீது பாய்ச்சி அழிக்கிறான். ஒருமுறை பகைவர்கள் நீரைச் சிறை வைத்த போது தன் ஆயுதத்துடன் போர் செய்து நீரை சிறை மீட்கிறான்.

இந்திரன் மழையைக் கொடுப்பதால் வர்ஷிப்பவன் எனப்படு கிறான். இவன் தன்னை வேகப்படுத்த சோமரசத்தைக் குடிக்கிறான். தாய்ப்பசு கன்றுகளை அழைப்பது போல நீரைப் பாதுகாக்க இந்திரனை அழைக்கிறார்கள். ரிக் காலத்திலிருந்தே இந்திரன் இயற்கை, சூழல், நீரின் நண்பனாகவும் பாதுகாப்பவனாகவும் காட்டப்படுகிறான். தமிழகத்து இந்திரன் இயற்கை சார்ந்து இருந்தாலும் இயல்பாக இருந்தாலும் வேத இந்திரனின் பாதுகாப்புக்கு இடம் கொடுக்க ஏதுவாயிற்று.

இந்திரனின் மகன் விருஷாகரி எனக் கூறப்படும் செய்தி ரிக் பாடல் ஒன்று கூறும். இது மேற்கோளாக வருவது. இவன் பலமுள்ளவன். ஆரம்பகால ரிக் பாடல்களில் விஷ்ணு இந்திரனின் நண்பனாகக் கூறப்படுகிறான். இந்திரன் விருத்திரனுடன் போர் செய்தபோது விஷ்ணு உதவி செய்கிறான், விஷ்ணு குறித்த பாடல்களிலும் இந்திரன் குறிக்கப்படுகிறான்.

இந்திரன் குதிரை பூட்டிய தேரில் செல்லுகிறான். ரிக் பாடலில் ஒரு இடத்தில் இந்திரனின் உடன்பிறந்தவனாக அக்கினி குறிக்கப் படுகிறான். இந்திரனின் மனைவி இந்திராணி என்றும் இவன் துவஷ்டாவின் மகள் என்றும் சில பாடல்களில் குறிப்புகள் உள்ளன. தன்னை வழிபடுபவரை பாதுகாக்கும் இயல்புடையவன் இந்திரன்; வெற்றிச் செல்வத்தைத் தருபவன் என்றும் ரிக் பாடல்கள் குறிப்பிடு கின்றன. இதே சமயத்தில் இந்திரன் புலனைக் கட்டுப்படுத்த முடியாதவன் என்றும் ஒரு குறிப்பு உண்டு என்கிறான் குருக்கள் (ப. 66).

பண்டைத் தமிழ் இலக்கியங்களில் குறிப்பிடப்பட்ட இந்திரனைப் பற்றிய செய்திகளை ஒப்பிட ரிக்வேதத் தகவல்கள் பயன்படும் என்று தோன்றுகிறது.

தொல்காப்பியர் மருத நிலத்தைப் பற்றிக் கூறும்போது வேந்தன் மேய தீம்புனல் உலகம் என்று கூறுகிறார். இதற்கு இளம்பூரணர் இந்திரன் மேவிய உலகம் என்கிறார். அதாவது வேந்தன் என்பதற்கு இந்திரன் எனப் பொருள் கொள்ளுகிறார். நச்சினார்க்கினியரும் இந்தப் பொருளை ஏற்றுக் கொள்ளுகிறார். இந்த உரையாசிரியர்களின் கருத்தையே ஆராய்ச்சியாளர்களும் எடுத்துக் கொண்டுள்ளனர். அப்படியானால் நீர் இறையாண்மையுடன் வேளாண் தொழிலுடன் தொடர்புடையவன் இந்திரன் என எடுத்துக்கொள்ளலாம்.

அண்டிரன் என்னும் ஆய் மன்னன் இறந்த போது உறையூர் ஏணிச்சேரி முடமோசியார் பாடிய பாடலில் (எண் 2341) “அண்டிரன் வரூஉ மென்ன ஒண்டொடி வச்சிரத்தடக்கை நெடியோன் கோயிலுள்

போர்ப்புறு முரசம் கறங்க ஆர்ப்பெழும் என்றால் விசும்பினானே' என்கிறார்.

இதற்குப் பழைய உரையாசிரியர் "ஆய் அண்டிரன் துறக்க உலகில் செல்லுவான்; அப்போது விசாலமான வச்சிரத்தடக்கை நெடியோனின் கோவில் திறந்திருக்கும்" எனப் பொருள் கூறுகிறார். (உ.வே.சா 1956 ப. 417) இதே பொருளை அவ்வை துரைசாமிப் பிள்ளையும் ஒத்துக்கொள்ளுகிறார் (1951 vol II ப. 91). இங்கு வச்சிரத் தடக்கையான், நெடியோன் எனக் குறிப்பிடப்படுவது இந்திரனையே என்பதை முந்தைய உரையாசிரியர்கள் தெளிவாகவே கூறுகின்றனர்.

கடலுள் மாய்ந்த இளம் பெருவழுதி என்ற புலவர் பாடிய ஒரு புறநானூற்றுப் பாடலில் (எண் 182) வரும் "இந்திரர் அமிழ்தம்" என்பதற்கு பழைய உரைகாரர் இந்திரர்க்குரிய அமிழ்தம் தெய்வத்தான் ஆதல் தவத்தால் ஆதல் தமக்கு வந்து கூடுவதாயினும்" எனப் பொருள் கொள்ளுகிறார் (உ.வே.சா 1956 ப. 337). இதே கருத்தை அவ்வை - துரைசாமிப்பிள்ளையும் கொள்ளுகிறார் (மேற்படி ப 397).

ஐங்குறுநூறு மருதப்பாடல் ஒன்றில் (எண் 62) இந்திரவிழா பற்றிய சிறு குறிப்பு வருகிறது. தலைவி தலைவனைப் பழிக்கும் போது இந்திரவிழாவில் பரத்தையர் கூறியது போல என்னும் உவமையைச் சொல்லிப் பழிக்கிறாள். அம்மூவனாரின் இந்தப் பாடலுக்கு "இந்திரவிழாவில் தம் மனத்திற்கு இனிய மங்கையருடன் கூடி மகிழ்தல் மரபு என்று பொருள் கொள்கிறார் அவ்வை துரைசாமிப் பிள்ளை (1978 ப 177). சோமசுந்தரனார் இந்திரவிழாவில் பரத்தையர் கூடுவர்; ஆடல்பாடல் நிகழ்த்துவர் என்கிறார் (1979 ப 87). அவ்வையின் கணக்குப்படி இது நகரச்சார்பு உடையது.

பத்துப்பாட்டில் ஒன்றான திருமுருகாற்றுப்படையில் திருவாவினன்குடி பற்றிக் கூறும் போது நக்கீரர் இந்திரனை "நூற்றுப்பத்து அடுக்கிய நாட்டத்து நூறுபல் வேள்வி முற்றிய வென்றாடு கொற்றத்து ஈரிரண்டு ஏந்திய மருப்பின் எழினடைத் தாழ்பெரும் தடக்கை உயர்த்த யானை எருக்கம் ஏறிய திருக்கிளர் செல்வனும் நாற்பெரும் தெய்வத்து நன்னகர் நிலைஇய" என்கிறார்.

உரைகாரர் இதற்கு இந்திரன் ஆயிரம் கண்களைக் கொண்டவன். நூறு வேள்விகளை நடத்தியவன். இதற்காகப் பலரை வெற்றி கொண்டவன். நான்கு கொம்புகளை உடைய யானையின் புறக்கழுத்தில் ஏறி ஊர்கின்றவன் என்கிறார் (சோம சுந்தரனார் 1969 ப. 67). இங்கு சதமகன் நூறு வேள்வி செய்தவன் என இந்திரன் பாராட்டப்படுகிறான்.

கலித்தொகை மருதக்கலியில் உள்ள இரண்டு பாடல்களில் (எண் 91. வரி 8; எண் 98 வரி 32) வரும் தெய்வம் என்பதற்கு இந்திரன் என நச்சினார்க்கினியர் பொருள் கொள்ளுகிறார், இங்கு தன்னிடம் குறையில்லை என்பதை தெய்வசாட்சியாக (இந்திரன் சாட்சியாக) சொல்லுகிறேன் என்றும் பொருள் தொனிக்கிறது.

பரிபாடலின் எட்டாம் பாடல் செவ்வேளைப் பற்றியது. இதில் வரும் நல்திசை காப்போன் (வரி 7) என்னும் சொல்லுக்கு இந்திரன் முதலியோர் எனப் பொருள் கொள்ளுகிறார். பரிமேலழகர் (உ.வே.சா பரிபாடல் 1948 ப. 80) நல்திசை எட்டுத் திசைகளைக் குறிக்கும். இவற்றைக் காப்பவர்கள் இந்திரன், நிருதி, இயமன், அத்திரி, வருணன், வாயு, குபேரன், ஈசானன் ஆகியோராவர்.

இதே எட்டாம் பாடலில் திருப்பரங்குன்றத்தைப் பற்றிய பெருமை பேசப்படுகிறது. "ஏறா தீர்க்கும் இந்திரர் இரும் வருமென" என்கிறார் நல்லந்துவனார். இந்த வரிக்குப் பரிமேலழகர் இந்திரனது அதிர்க்கும் பெரிய உருமேறு எனவும் மன்றல் முரசு அதிர என்கிறார் (உ.வே.சா மேற்படி ப. 82).

பரிபாடலில் செவ்வேள் பற்றிய குன்றம்பூதனாரின் பாடல் (எண் 9)

முருகனின் மனைவிகள் வள்ளி தெய்வானை எனக் கூறும். முருகன் வள்ளியை மணந்த கதை ஆரம்பகாலச் சங்கப் பாடல்களில் இல்லை. இது பரிபாடல் காலத்தில் வாய்மொழியாகப் பேசப்பட்ட கதை. முருகனின் முதல் மனைவி தேவயானை. இந்திரனின் மகள். இவள் கண்ணீர் சிந்தினாள் என்னும் செய்தியும் இப்பாடலில் வருகிறது. (பரிபாடல் 9 வரி 6-11). பரிமேலழகர் காலத்தில் இக்கதை மேலும் பரவலாயிருக்கிறது (உ.வே.சா (ப. பரிபாடல் 1948 ப. 94).

செவ்வேளைப் பற்றிய பரிபாடல் (எண் 5 வரி 22-54) சிவபெருமானிடம் உம் கூட்டத்தால் உண்டாகும் கருவைச் சிதைக்க வேண்டும் என்ற வரம் கேட்பதாகவும் சிவன் அதற்கு இணங்கியதான புராணக்கதையைக் கூறுகிறது.

வையைப் பற்றிய ஒரு பாடல் பரிபாடலின் பின்னிணைப்பாக உள்ளது. தலைவன் வைகையாற்றில் நீராடும் காட்சியை வருணிக்கும் போது "அந்தரவாணியாற்று ஆயிரம் கண்ணினான் இந்திரன் ஆகும் தகைத்து" எனப்படுகிறது (வரி 95-96). இங்கு பரிமேலழகர் இந்திரன் ஆயிரம் கண்களை உடையவர் என்ற புராணப்பெயரைக் குறிக்கிறார் (உ.வே.சா ப. 233).

நல் மணம் படைத்தவன் செல்வம் பெற்றால் வரம்புகடக்க மாட்டான். கீழ்மகன் செல்வம் பெற்றால் தன்னை இந்திரனுக்குச்

சமமாக நினைப்பான் என்று நாலடியார் குறிப்பிடுகிறது (எண் 346). திணைமாலை நூற்றைம்பது என்ற நூலில் இந்திரன் மருதநிலக் கடவுளாகக் குறிப்பிடப்படுகிறான் (மருதத்திணை எண் 145).

திருக்குறள் இந்திரனைப் பற்றிக் கூறும் செய்தியைப் பலரும் மேற்கோளாகக் காட்டுகின்றனர். ஐந்தவித்தான் ஆற்றல் அகல் விசும்புளார் கோமான் இந்திரனே சாலும் கரி என்னும் திருக்குறள் பாடலுக்கு (எண் 25) பழைய உரையாசிரியர்கள் எல்லோருமே இந்திரன் அகலிகை கதையை மையப்படுத்துகின்றனர். பரிமேலழகர் புலன்களை அடக்காத நிலைக்கு இந்திரன் சான்று என்பார். மணக்குடவர் இதே பொருளைக் கூறுவார். பரிதியார் பொறி வழியிலே புலன் செல்லவிட்டவன் இந்திரன் என்று கூறுவார். காளிங்கர் தேவர்களின் தலைவன் இந்திரன் என்பார்.

சிலப்பதிகார காலத்தில் இந்திரனைப் பற்றிய கதைகள் வேகமாகப் பரவ ஆரம்பித்து விட்டன என்று தெரிகிறது. சிலப்பதிகாரத்தில் இந்திரவிழவூர் எடுத்தகாதை என்ற தலைப்பு உள்ளது. இந்திரன் வழிபாட்டையும் விழாவையும் இந்தக் காதை குறிப்பிடுகிறது. இதன்படி புகாரில் இந்திரனுக்குரியதாக வஜ்ரக்கோட்டம், ஐராவதக் கோட்டம், கற்பகக் கோட்டம் என்னும் மூன்று கோவில்கள் இருந்தன என்று ஊகிக்கலாம்.

வஜ்ரக் கோட்டத்தில் இந்திரனின் சிற்பம் அல்லது அதற்கு நிகரான வடிவம் இருக்கவில்லை. வஜ்ராயுதத்தின் வடிவமே கருவறையில் இருந்திருக்கலாம் என்று அடியார்க்கு நல்லார் கூறுகிறார். வஜ்ரக் கோட்டத்திலிருந்து முரசை ஐராவதம் இருக்கும் கோவிலுக்கு யானைமேல் கொண்டு சென்றனர் (வரி 141 - 145). இது இந்திரவிழா நடக்கப்போவதற்கு அறிகுறி.

இந்திரனின் யானை தூய்மையான வெள்ளை நிறமுடையது. இது இந்திரனின் கொடியில் இருந்தது என்கிறார் அடியார்க்கு நல்லார். மேலும் இவர் கற்பகக் கோட்டத்திலிருந்து யானைக் கொடியை எடுத்துச் செல்வர் என்கிறார் (உ.வே.சா சிலப்பதிகாரம் 1960 ப. 145).

சிலப்பதிகாரம் அரங்கேற்றுக் காதையில் வரும் இந்திரச் சிறுவன் (வரி 119) என்னும் சொல் இந்திரனின் மகனைக் குறிப்பது. இவனை சயந்த குமாரன் என்கிறார் அடியார்க்கு நல்லார் (உ.வே.சா சிலப்பதிகாரம் 1960 ப. 72). இக்காதையில் வரும் சொல்லுக்கு பழைய உரையாசிரியர் "இத்தலைக்கோலைத் தேவேந்திரன் மகன் சயந்தனாக நினைத்து மந்திர விதியாலே பூசித்து வழிபடு" என்கிறார் (உவேசா மேற்படி ப. 72).

அரங்கேற்றுக் காதை தொடக்கத்தில் இந்திரச் சிறுவனாகிய சயந்தன் அகத்தியரால் பெற்ற சாபமும் விமோசனமும் வருகிறது. சிலப்பதிகார பழைய உரைகாரர் காலத்தில் இந்திரனைப் பற்றிய கதை இன்னும் பரவலாக அறியப்பட்டிருக்க வேண்டும்.

இந்திரன் பற்றிய சில தொன்மங்களையும் உரையாசிரியர்கள் கூறுகின்றனர். இந்திரன் மலைகளின் சிறகை வெட்டினான். பாண்டியனின் வளை ஆயுதம் இந்திரனின் முடியை உடைத்தது. தனது நாட்டில் பருவமழை பெய்யாததால் ஒரு மேகத்தை சிறையிலடைத்த பாண்டியன் எச்சரிக்கை செய்தான். இப்படியான கதைகள் சிலப்பதிகார, அரும்பத உரையாசிரியர் காலத்துக்கு முன்பே பரவலாகி விட்டது.

காடுகாண் காதையில் வரும் மெய்ப்பாட்டியற்கை என்பதற்கு அரும்பத உரையாசிரியர் இந்திர நூலைக் காண்க என்கிறார் (உ.வே.சா மேற்படி ப. 295). அடியார்க்கு நல்லார் இந்திர வியாகரணம் காணலாம் என்பார் (மேற்படி 307). நாடுகாண் காதையில் வரும் இந்திரவிகாரம் (வரி 14) என்பதற்கு பழைய உரைகாரர் இந்திரன் நிருபித்தது என்கிறார் (உ.வே.சா ப. 253). இப்படியாக இந்திரன் பற்றிய பல செய்திகள் இளங்கோவடிகள் காலத்தில் வாய்மொழியாகப் பேசப்பட்டு உரையாசிரியர் காலத்தில் பரவலாயிருப்பதை ஊகிக்கலாம்.

மணிமேகலை காப்பியகாலத்தில் புராணக்கதைகளின் பெருக்கம் இன்னும் அதிகமானது. உதயகுமாரன் சித்திராபதியிடம் மணிமேகலையின் மேல் கொண்ட மயக்கத்தைச் சொன்னபோது அவள் புன்னகையுடன் வானவர்கள் காம மயக்கத்தால் செய்த காரியங்கள் பற்றிய கதைகள் பல உண்டு. தேவர்கள் தலைவனை எல்லோருக்கும் தெரியுமே. உதயகுமாரா அக்கினிக்கடவுளின் கதை உனக்குத் தெரியுமா? அவன் - கற்பு மங்கைகள் ஏழு பேரிடம் ஆசை கொண்டான். இதை அறிந்த அவன் மனைவி அந்த முனிவர்களின் மனைவிகளின் வடிவைத்தாங்கி அக்கினிக் கடவுளுக்கு இன்பம் கொடுத்தாள். இப்படி எத்தனை கதைகள் உள்ளன" என்றாள்.

மணிமேகலையின் பாத்திர மரபு கூறிய காதையில் இந்திரன் பெரும் மழை பொழிவித்த செய்தி வருகிறது. ஆபுத்திரனின் அமுதசுரபிக்கு வேலையில்லாமல் ஆக்க செழிப்பைக் கொடுக்கிறான் இந்திரன் (வரி 49-51).

மணிமேகலை இந்திரனைத் தேவர் கோமான், தேவர்கோன், வானவர் தலைவன், விண்ணவர் தலைவன், அமரர் தலைவன், வானவன், இந்திரன், வானவர் பெருந்தகை, ஆயிரங்கண்ணோன் எனப் பல

பெயர்களால் அழைக்கிறது. இப்பெயர் பெருக்கமே மணிமேகலை காலத்தில் இவன் பிரபலமாயிருந்தான் என்பதற்கு அடையாளம்.

மொத்த இந்தியாவில் வடமொழி சார்பு புராணங்களில் கூறப்பட்ட இந்திரன் தன்வயமாக மண்ணுக்கு உரிய கடவுளாக வழிபாடு பெற்றது தமிழகத்தில்தான். வேதங்களில் வீரனாகவும், மழை கொடுப்பவனாகவும் கூறப்படுவதன் சாயல் சங்கப் பாடல்களிலும் உண்டு. இவனை இந்திரவில் (புறநானூறு 20, அகநானூறு 84). விசும்பின் வில் (அகநானூறு 192). வானவில் (பரிபாடல் 18) எனக் கூறப்படுவதன் தொடர்ச்சிதான் சந்திரரே சூரியரே சாமி பகவானே இந்திரரே இப்ப மழை பெய்ய வேண்டும் என்ற நாட்டார் பாடல்.

16 முதல் 19 ஆம் நூற்றாண்டு காலங்களில் மொழிபெயர்க்கப் பட்ட தமிழ் புராணங்களில் இந்திரன் பல பெயர்களில் குறிக்கப் படுகிறான். அமராவதியோன், சதமகன், கோபகி, போகி, விண் முழுதானி, வாசவன், வானவன், கௌசிகன், வெள்ளைவாரணன், பொன்நகர் செல்வன், வேந்தன், கவர்க்கன் சக்கிரன் - புரந்தரன், சங்கிரந்தனன், பாகசாதனன் அநாசி கனா, சதீப், யுதிந்திரன், புரந்தரன் என 21 பெயர்களில் குறிக்கப்படுகிறான்.

இந்திரன் அட்டதிக் பாலகர்களில் ஒருவனாகவும் குறிக்கப் படுகிறான். திக் பாலகர்கள் இந்திரன் அக்கினி, யமன், நிருகி, வருணன், வாயு, குபேரன், ஈசானான் ஆகிய திக் பாலர்களுக்கு என்ற குறிப்பிட்ட திசை உண்டு. இந்திரனுக்கு கிழக்கு திசை.

வேதகாலத்தில் பிரபலமான முக்கிய கடவுளாக இருந்தான். வேதங்களுக்குப் பின் புராணங்கள் பல்வேறு செயல்பாடுகளுக்கு உரியவனாகக் காட்டப்படுகிறான். இவனது உலகம் இந்திரலோகம்; தேவர்களின் தலைநகரம் அமராவதி; மலை மந்திரமலை, ஆயுதம் இடி, மாயவலை, வாகனம் வெள்ளை நிற ஐராவத யானையும், வெள்ளை நிறக்குதிரை உச்சைஸ்ரவஸ், கொடியில் இடி, திசை கிழக்கு, நட்சத்திரம் கேட்டை தாவரம் பிரண்டை அல்லது முடக்கத்தான். இவன் எழுதியது ஐந்திரம் இலக்கணம், மனைவி இந்திராணி, ஆண் மக்கள் ஜெயந்தன், அர்ச்சுனன், வாலி பெண் மகள் தெய்வயானை இப்படியான விஷயங்கள் தமிழ் புராணங்கள் வழி பரவின.

இந்திரனின் சிற்பம் பற்றிய - விரிவான விவரணத்தை டி. எ. கோபி நாதராவ் தருகிறார். இந்திரன் நான்கு கைகள் உடையவன்; இரண்டு கைகளை உடைய சிற்பங்களும் உண்டு. நின்ற, அமர்ந்தகோல சிற்பங்களும் காணப்படுகின்றன. வெள்ளை யானை மேல் இந்திரன் அமர்ந்திருப்பான். இந்த யானைக்கு 4 தந்தங்கள்.

இந்திரனின் வலது கை சக்தி ஆயுதத்தையும் இடது கை அங்குசத்தையும் வைத்திருக்கும். இன்னொரு இடது கை இந்திராணியின்

இடுப்பிலும் இன்னொரு வலதுகை உத்பலா மலரையும் ஏந்தியிருக்கும். இந்திராணி இடதுபுறம் இருப்பாள், பேரழகியாகக் காட்டப் பட்டிருப்பாள். இருபுறமும் கந்தர்வப் பெண்கள்; வெஞ்சாமரை வீசுவர்.

இந்திரனின் வேறு வகை சிற்பங்களும் உண்டு. வஜ்ராயுதம், அங்குசம் நீலோத்பவமலர் ஆகியனவும் இருக்கும் ஒருகை இந்திராணியை அனைத்திருக்கும். நீலோத்பவ மலருக்குப் பதில் தாமரை மலர் இருப்பதும் உண்டு. முன் இடது வலது கரங்கள் அபய, வரதமுத்திரையுடனும் பின் கைகள் அங்குசமும் வஜ்ராயுதமும் தாங்கியிருக்கும். நான்கு கைகளுடன் பத்ரபீடத்தில் இருப்பதுமுண்டு. ஒரு கை அக்கமாலை தாங்கிய சிற்பமும் உண்டு.

சிவனுக்கு இருப்பதைப் போல் நெற்றிக்கண் உள்ள சிற்பமும் உண்டு. ஜடாமகுடம், யக்ஞோபவிதத்துடனுடனும் இருப்பான். பொதுவாக இந்திரன் வெண்ணிறத்தவனாய் - காட்டப்படுவான். இந்திராணி பொன்னிறத்தவள். இரண்டு கைகள். இடதுகையில் மலர் இருக்கும்.

இந்திரனின் ஆயுதங்களில் வஜ்ராயுதம் முக்கியமானது. இதற்கு புராணப் பின்னணி உண்டு. இந்திரன் தேவாசுரப் போரில் ததீசி முனிவரிடமிருந்து வஜ்ராயுதத்தைப் பெற்றான் அந்த முனிவரின் முதுகெலும்பு அந்த ஆயுதம் என்பது புராணம்.

ததீசி முனிவர் வேதகால ரிஷி. இவரைப் பற்றிய புராணத்தைத் திருமலை நாதர் என்பவர் தமிழில் மொழிபெயர்த்திருக்கிறார், காலம் 16ஆம் நூற்றாண்டு. இதில் வஜ்ராயுதத்தை இந்திரன் பெற்ற வரலாறு விரிவாக வருகிறது. இந்தியாவின் பெரிய விருதான பரம்வீர் சக்ராவில் ததீசி முனிவரின் முதுகெலும்பு படம் உள்ளது. அதாவது இந்திரனின் ஆயுதம் இதில் வரையப்பட்டுள்ளது.

இந்திரன் வழிபட்டு பாவம் - தீர்த்த தலம் தமிழகத்தில் சில உள்ளன. நாகப்பட்டினம், மயிலாடுதுறையின் அருகே உள்ள சக்திபுரீஸ்வரர் கோவில் "கருங்குயில் நாதன் பேட்டை" என்ற இந்திரன் பெயரால் அழைக்கப்படுகிறது. தட்சனின் யாகத்தை வீரபத்திரன் அழிக்க வந்த போது இந்திரன் கருங்குயிலாக ஓடினான் என்பது புராணம்.

தமிழகக் கடவுள்களில் சங்க காலத்தில் பேசப்பட்டவை வழிபாடு பெற்றவை பல்லவர் காலத்தில் அடையாளம் இல்லாமல் ஆகிவிட்டவை உள்ளன. வருணன், இந்திரன், பலராமன் எனச் சில. இவற்றில் இந்திரன் முழுதுமாக மறைக்கப்பட்டதற்கு இத்தெய்வம் பற்றிய தொன்மங்களும் முக்கிய காரணம்.

வேதகாலத்தில் மதிப்பிற்குரியவனாக இருந்த இந்திரன் கி.பி. 8ஆம் நூற்றாண்டிற்குள் கிருஷ்ணனின் எதிரியாக சித்திரிக்கும் கதைகளுக்கு உரியவனாகி விட்டான். தமிழகத்தில் மணிமேகலை காப்பியம் உருவாகும் முன்பே இக்கதைகள் பரவி விட்டன.

தமிழக வரலாற்றின் ஆரம்பகாலத்தில் இந்திரன் நீர்த்தெய்வமாக மழையுடன் இணைக்கப்பட்டு பேசப்படுகிறான், இதனால் இவன் - உழவர்களால் வணங்கப்பட்டான். மருதநிலக் கடவுளாக - வயலும் வயல்சார்ந்த இடத்தின் தெய்வமாக அடையாளப்படுத்தப்பட்டது இதனால்தான்.

துணை நின்ற நூல்கள்

அரசு (ப. ஆ) ரிக்வேதம் 2001 அலைகள் வெளியீடு சென்னை

இராஜேஸ்வரி செ. 2020, தேவேந்திரன் சந்திரோதயம் பதிப்பகம் மதுரை

காசி விசுவநாதன் (ப.ஆ) 1938 கலித்தொகை, சைவசித்தாந்த நூற்பதிப்புக்கழகம்

கைலாசநாதக் குருக்கள், 2001 வடமொழி இலக்கிய வரலாறு, காலச்சுவடு, நாகர்கோவில்

சாமிநாத அய்யர். உவே (1948) பரிபாடல்

சாமிநாத அய்யர், புறநானூறு (1956)

சாமிநாத அய்யர், சிலப்பதிகாரம் (1960)

துரைசாமிப் பிள்ளை அவ்வை (1951) புறநானூறு சைவசித்தாந்த நூற்பதிப்புக்கழகம், திருநெல்வேலி

துரைசாமிப் பிள்ளை (1978) ஐங்குறுநூறு, அண்ணாமலை பல்கலைக்கழகம்

சோமசுந்தரனார், (1969) திருமுருகாற்றுப்படை, சைவ சித்தாந்த நூற்பதிப்புக்கழகம்.

சோமசுந்தரனார், ஐங்குறுநூறு 1979 சைவ சித்தாந்த நூற்பதிப்புக் கழகம்

வேங்கடசாமி நாட்டார் (1946) மணிமேகலை, சைவ, சித்தாந்த நூற்பதிப்பு கழகம்.

பேரா. சீ. கலையரசு எழுதிய தென்குமரியில்
தேவேந்திரன் கோவில் நூலின் முகவுரை (2021)

11. இரண்டு மலையாள இலக்கண நூற்கள்

மலையாளத்திலிருந்து தமிழ் பிறந்தது என்னும் தலைப்பில் பி.எச்.டி. ஆய்வு செய்யும் மாணவரைப் பற்றி என் நண்பர், மலையாளக் கவிஞர் சொன்னார். அந்த ஆராய்ச்சியாளர் சங்ககாலக் கேரளத்தில் (பண்டைய, சேர நாடு) ஒட்டு மொத்தமாக பேச்சு வழக்கில் இருந்த மொழி மலையாளம், அதிலிருந்து தமிழ் பிறந்தது. சிலப்பதிகாரம், பதிற்றுப்பத்து போன்ற இலக்கியங்கள் அப்போது பிறந்தன. பேச்சு வழக்கு மலையாளம் தொடர்ந்தது என்ற ஒரு முடிவைக் கூற சுற்றி வளைத்து எழுதியதை நண்பர் சொன்னார்.

தமிழிலிருந்து மலையாளம் பிறந்தது என்று குண்டர்ட், கால்டுவெல் போன்றோர் சொன்னதை ராஜராஜவர்மா, சூரநாட்டுக் குஞ்சம்பிள்ளை, இளங்குளம் குஞ்சம்பிள்ளை, சட்டம்பி சுவாமிகள் எனச் சிலர் ஒத்துக் கொண்டு விரிவாக ஆராய்ந்து விளக்கியிருந்தாலும் இந்தக் கருத்துக்கு எதிரான கூட்டம் எழுபதுகளில் உருவாகிவிட்டது.

சாஹித்ய அகாதமி வெளியிட்ட மலையாள இலக்கிய வரலாறு நூலின் (1958) ஆசிரியர் பி.கே.பாலகிருஷ்ண நாயரைப் போன்றோர் தமக்கு முந்திய மலையாள ஆய்வாளர்களான இளங்குளம் போன்றோரைத் தீவிரமாய் மறுத்து எழுதினர். இதன் தொடர்ச்சி தொய்வில்லாமல் மௌனமாகத்தான் நீண்டு போனது. ஆனால் மலையாளம் செம்மொழியான பிறகு சாதாரண மலையாள வாசகனும் தமிழைத் தன் சகோதர மொழியாகக் கூறுவதில் தயக்கம் கொள்கிறான். இதே நேரத்தில் சிலப்பதிகாரம், பதிற்றுப்பத்து என்னும் நூற்களையும் ஐயனாரிதனார், கபிலர், வேணாட்டடிகள், குலசேகர ஆழ்வார் எனப் பழம்புலவர்களையும் தங்கள் முன்னோடிகள் என்று கூறுவதில் பெருமிதம் கொள்ளுகிறார்கள்.

தங்களின் கவிதையின் வேரைச் சிலப்பதிகாரத்திலிருந்து தொடங்குவதில் பெருமை கொள்ளும் இவர்களிடம் இந்த முரண்பாடு எப்படி வந்தது? பண்டைய திருவிதாங்கூர், கொச்சி அரசர்களிடம் இல்லாத தமிழ் வெறுப்பு இவர்களிடம் எப்படி வந்தது? தமிழ் மொழியிடமும் தமிழரிடமும் கேரளத்தாருக்கு ஏற்பட்ட மௌனமான

மென்மையான இந்த வெறுப்பிற்கும் தங்கள் பூர்வீகம் தமிழ் என்று கூறுவதில் தயக்கமும் எதனால் உருவானது?

முக்கியமாக, இதற்குரிய பொறுப்பை அரசியல்வாதிகளும் ஊடகங்களும் ஏற்றுக்கொள்ள வேண்டும். மலையாளத் திரைப்படங் களில் தமிழ் பேசிய சாலை வியாபாரிகளை வில்லன் "ஏ பாண்டிக் கழுதை" என்பதும், தமிழ்த் திரைப்படங்களில் கேரளப் பெண்ணை நகைச்சுவை நடிகர் இரட்டை அர்த்தத்தில் அழைப்பதும் ஆன காட்சிகள் இரண்டு மாநில மக்களிடமும் மௌனமான பண்பாட்டு விலகல் உருவாகக் காரணமாயிருக்கின்றன. இது மெதுவாக நடந்த நிகழ்வு.

முல்லைப் பெரியாறு விஷயத்தை அரசியல்வாதிகள் கையில் எடுத்தபோது தமிழ்த் திரைப்படக்காட்சிகளை மேடையில் விஸ்தார மாகப் பேசி மலையாளிகளை வெறுப்பேற்றியது அச்சில் வரவில்லை. இதுபோல கேரள எல்லைப் பகுதிகளில் 'பாண்டிக்கழுதைகள்' என்று துண்டுப்பிரசுரம் வெளியிடப்பட்டதும் பலர் அறியாத விஷயம்.

கேரள-தமிழக மாநிலங்களுக்கிடையே உள்ள அரசியல் ரீதியான, பண்பாட்டு ரீதியான விலகல் அண்மைக்காலத்தில் உருவானது. முந்தைய மலையாள இலக்கண ஆசிரியர்கள் தமிழைத் தங்களின் தாயாகக் கருதினார்கள். மலையாள இலக்கணங்களில் காலத்தால் முந்தியது 'லீலாதிலகம்' என்ற நூல். இதன் ஆசிரியர் பெயர் தெரியாது. இதைப் பதிப்பித்த மலையாளப் பேராசிரியரும் தமிழ் நன்கு அறிந்தவருமான இளங்குளம் குஞ்சன்பிள்ளை இந்நூல் கி.பி. 1385-1400ஆம் ஆண்டுகளில் எழுதப்பட்டது என்கிறார்.

லீலாதிலகம் ஆசிரியர் தமிழ் நன்றாக அறிந்தவர் என்பதற்கு நூலில் நிறைய சான்றுகள் உள்ளன. இவர் தொல்காப்பியம் அறிந்தவர். வீரசோழியத்தைப் பயின்றவர். இவர் சேந்தன் திவாகரத்தை நாட்டு மொழி நிகண்டு என்கிறார். தொல்காப்பியம் உரையாசிரியர்களில் தெய்வச்சிலையார், நச்சினார்க்கினியர் ஆகிய இருவரும் இவருக்குப் பிடித்தமானவர்கள். இவர் மலையாள இலக்கியங்களான இராமசரிதம், கிருஷ்ணகதா, கண்ணச ராமாயணம், பாரதமாலை எனச் சில நூற்களைத் தமிழ்க் கலப்புடையவை என்கிறார்.

லீலாதிலகம் ஆசிரியர் மலையாளச் சொல் புணர்ச்சிக்கு இலக்கணம் வகுக்கும்போது தொல்காப்பியம், நன்னூல் ஆகிய இரண்டு தமிழ் இலக்கணங்களின் உத்தியைப் பயன்படுத்தியுள்ளார். இவர் தமிழ் இலக்கணங்களை எடுத்துப் பயன்படுத்துவதை, இந்நூலின் பதிப்பாசிரியரான இளங்குளம் பெருமையாகக் கூறுகிறார். இந்த

இலக்கணம் வழி சங்க காலத்திலிருந்து கி.பி. 8-ஆம் நூற்றாண்டுவரை கேரளத்தில் உலக வழக்கு மொழியும், செய்யுள் வழக்கு மொழியும் தமிழாகவே அமைந்திருந்தது என்கிறார்.

இளங்குளம், கேரளத்தில் கி.பி. 9ஆம் நூற்றாண்டு முதல் மணிப்பிரவாள நடை உருவானது இதற்கு முந்திய காலங்களில் வட்டெழுத்து எழுத்துமொழியாக இருந்தது. அதனிடத்தில் ஆரிய எழுத்து வந்தது. அதுவே பின் கிரந்த எழுத்துக்களுடன் கலந்து மலையாளம் ஆனது என்கிறார். அவர் லீலாதிலகத்தின் அடிப்படையில் இதை வரையறை செய்கிறார். கி.பி. 9 முதல் 11ஆம் நூற்றாண்டுகளில் கேரளத்தில் கிடைத்த பல ஆவணங்கள் தமிழ், வட்டெழுத்து வடிவில் எழுதப்பட்டன. திருவிதாங்கூர் கோவில்களில் கிடைத்துள்ள கல்வெட்டுகளில் பெரும்பாலானவை தமிழ் வட்டெழுத்து வடிவில் அமைந்தவை ஆகும்.

மலையாளத்தின் இன்னொரு முக்கியமான இலக்கண நூல் கேரள பாணினீயம். எழுதியவர் ராஜராஜவர்மா. சென்னைப் பல்கலைக் கழகத்தில் மலையாள மாணவர்களுக்குப் பாடத்திட்டத்தில் இருந்த நூல். ராஜராஜவர்மா (1868-1918) கேரளம் சங்கனாச்சேரி ஊரினர். அரச குடும்பத்தினர், அப்பா ஏற்றுமானூர் வாசுதேவன் நம்பூதிரி.

வர்மா 1871இல் திருவனந்தபுரத்திற்கு வந்துவிட்டார். அப்போது திருவிதாங்கூர் அரசராயிருந்த ஆயில்யம் திருநாள் (1860-1880) இவரைப் பாதுகாத்துப் படிக்க வைத்தார். வர்மா முதலில் பி.எஸ்ஸி படித்தார், பின் சமஸ்கிரத எம்.ஏ. படித்தார். 49 வயதில் பேராசிரியர். இவர் எழுதியவை பாஷா பூஷணம், ஸாகித்யலாகியம், விருத்த மஞ்சரி ஆகியன.

வர்மா மலையாளம் தவிர தமிழ், சமஸ்கிருதம், ஆங்கிலம் ஆகிய மூன்று மொழிகளிலும் நுட்பமான புலமை உடையவர். தனக்கு முற்பட்டு வாழ்ந்த குண்டர்ட்டின் மலையாள மொழி இலக்கணம் (1851) லீலாதிலகம் (கி.பி. 14நூற்.) இரண்டையும் தன் நூலுக்கு ஆதாரமாகக் கொண்டிருந்தாலும் அவற்றிலிருந்து வேறுபடவும் செய்கிறார்.

வர்மாவின் கேரள பாணினீயம் என்ற இலக்கண நூல் 1895இல் வந்தது. இதில் நீண்ட முகவுரை உண்டு. தமிழிலிருந்து மலையாளம் பிறந்த ஆய்வை முழுவதுமாக ஒத்துக்கொண்டு, அதை விரிவாகக் கூறுகிறார். இந்த முகவுரையில் அவர் கூறுவதன் சாராம்சம் இதுதான்.

லீலாதிலகம் என்ற இலக்கணநூல் எழுதப்படும் முன்பே மலையாளமொழி வரன்முறையில்லாமல் பேசப்பட்டது, எழுதப்பட்டது.

இம்மொழிக்கு முதலில் இலக்கண வடிவத்தைக் கொடுத்தவர் குண்டர்ட் என்ற ஐரோப்பியர். பழங்காலத்துப் பேச்சுவழக்கு தமிழ் சமஸ்கிருதத் துடன் கலந்து மணிப்பிரவாளம் உருவானபோது ஏற்பட்ட ஒருவகை மோகம் கேரளத்தில் தமிழ் அழியக் காரணமானது.

சாக்கையர் கூத்தில் பாடப்பட்ட இராமாயணம் பாரதம் போன்றவை 19ஆம் நூற்றாண்டில் தொகுக்கப்பட்டு பதிவு செய்யப்பட்டிருந்தால் மலையாளத்தில் தமிழில் தாக்கம் எந்த அளவுக்கு ஆழமாய்ப் பதிந்து கிடந்தது என்பதைத் துல்லியமாய் கூறியிருக்க முடியும். அது யாராலும் பதிவு செய்யப்படவில்லை, அது துரதிர்ஷ்டமானது.

கொடுந்தமிழ் மொழி திராவிடமாகிய இமயமலையிலிருந்து பாய்ந்து சமஸ்கிருத யமுனையுடன் கலந்து மலையாள மொழியாயிற்று. ஆரிய திராவிடக் கலப்பு காயலில் ஆறு விழுவதைப் போன்றது என்றெல்லாம் உவமானங்களுடன் தமிழிலிருந்து மலையாளம் பிறந்தது என்கிறார் வர்மா.

தமிழிலிருந்து மலையாளம் வந்தது என்று ஆணித்தரமாகக் கூறும் லீலா திலகம் (1971), கேரள பாணினீயம் (1977) ஆகிய இரண்டு இலக்கண நூற்களையும் கேரளப் பல்கலைக்கழகத் தமிழ்ப் பேராசிரியர் மறைந்த இளையபெருமாள் மொழிபெயர்த்துள்ளார். இரண்டு நூற்களும் இப்போது அச்சில் இல்லை. தேடிக் கண்டுபிடித்துப் படிக்கலாம்.

உங்கள் நூலகம்: டிசம்பர், 2019

12. திண்ணையில் பாடமெடுத்த அண்ணாவிகள்

யாழ்ப்பாணம் குடநாட்டில் நிலாக்காலங்களில் பனையோலையை நார்நாராகக் கிழித்து மாடுகளுக்குக் கொடுப்பார்கள். இதைச் செய்கின்ற வயதான மனிதர் தன்னைச் சுற்றியிருக்கும் குழந்தைகளுக்கு பாரத, ராமாயணக் கதையைச் சொல்லிக்கொண்டிருப்பார். சில சமயம் நீதிநூல் பாடல்களைச் சொல்லி விளக்கமும் கூறுவார். இதை நிலாப்பள்ளி படிப்பு என்பார்கள். சி.வை.தாமோதரன் பிள்ளை இப்படியான நிலாப்பள்ளியில் படித்திருக்கிறார்.

திண்ணையில் படித்தவர்கள்

வெள்ளக்கால் ப.சுப்பிரமணிய முதலியார், வையாபுரிப்பிள்ளை என தாமிரபரணித் தமிழறிஞர்கள் சிலர் திருநெல்வேலி தெற்கு புதுத்தெருவில் இருந்த கணபதியாபிள்ளையின் திண்ணைப் பள்ளிக் கூடத்தில் படித்தவர்கள். 19ஆம் நூற்றாண்டிலும், 20ஆம் நூற்றாண்டு ஆரம்பத்திலும் வாழ்ந்த தமிழறிஞர்களில் பலரும் இதுபோன்ற திண்ணைப் பள்ளிக்கூடங்களில் படித்தவர்கள்தாம். ஜே.எம்.நல்லுசாமிப் பிள்ளை (திருச்சி ஓதுவார் திண்ணைப் பள்ளிக்கூடம்), மறைமலை அடிகள் (காடம்பாடி தி.ப), பண்டிதமணி கதிரேசன் செட்டியார் (மகிபாலன் பட்டி தி.ப), பி.ஸ்ரீ (தென்திருப்பேரை தி.ப) என இப்படியான தமிழறிஞர்களின் பட்டியல் நீளமானது.

தொன்மமாகிவிட்டது

திண்ணைப் பள்ளிக்கூடம் பற்றிய செய்திகள் எல்லாம் இன்று தொன்மமாகிவிட்டன. இது பற்றிய செய்திகள் பெரிய அளவில் சேகரிக்கப்படவில்லை. திண்ணைப் பள்ளிக்கூடங்களின் கற்பிக்கும் முறையும், நெறிமுறையும் தமிழகத்தின் ஒரே மாதிரியான போக்கில் இருக்கவில்லை. இது வட்டார ரீதியான வேறுபாடு இருந்தது. மலையாளம், கன்னடம், தெலுங்கு, மராட்டி போன்ற மொழிகளைக் கற்பித்த திண்ணைப்பள்ளிகள் இருந்தன. இதுபோல தமிழின் பாடத்திட்டமும்; கணக்கு கற்பித்தலிலும் வேறுபாடு இருந்தது.

திண்ணைப் பள்ளிக்கூடம் தொடர்பான சொற்கள் முழுதும் வழக்கில் இல்லை. இவை அழிந்து விட்டன (பி.கு. காண்க). இவற்றில் சில பழம் அகராதிகளில் கூட இடம்பெறவில்லை. இவை எல்லாவற்றிற்கும் மாற்றுச்சொற்கள் வந்து விட்டன. தமிழகக் கல்வி

குறித்த பழம் தகவல்கள் மிகக் குறைவாகவே கிடைத்துள்ளன. கல்வி உயர்வானது, கற்றவன் சமூகத்தில் மதிப்புடையவன் என்பன போன்ற அறச்சார்புடைய சில சிறு குறிப்புகள் பழம் பாடல்களில் வருகின்றன.

முந்தைய காலங்களில் இயங்கிய கல்வி நிலையம், மாணவர்களின் பாடத் திட்டம், ஆசிரியர் தகுதி, பெண்கள் கற்கும் நிலை என்பன போன்ற பல விஷயங்கள் மிகக் குறைவாகவே கிடைத்திருக்கின்றன. 17, 18, 19 நூற்றாண்டு கதைப்பாடல்களில் ஆசிரியரின் தகுதி, கற்பித்த பாடங்கள் பற்றிய செய்திகள் வருகின்றன. இவை கிராமங்களில் கற்பித்தமுறை தொடர்பானவை. கல்வெட்டுகளில் காணப்படாதவை.

அம்மானைப் பாடல்களில்

புகழேந்திப் புலவர் பேரில் உள்ள அம்மானைப் பாடல்களிலும், வில்லிசை, கணியான் ஆட்டம் கலைகளுக்குரிய கதைப்பாடல்களிலும் 16-முதல் 19ஆம் நூற்றாண்டுவரை உள்ள காலகட்டத்தில் பாமர மக்கள் கல்விகற்றது பற்றிய செய்திகள் உள்ளன. இக்காலங்களில் 7 வயதுக்குப் பின்னரேதான் கல்வி கற்க வேண்டும் என்ற வழக்கு இருந்திருக்கிறது. ஆத்திசூடி முதலான நீதி நூற்களைக் கற்றவனே படித்தவன் என்ற நம்பிக்கையும் இருந்தது.

ஆசிரியரின் கல்மிஷம்

அபிமன்னன் சுந்தரிமாலை என்னும் கதைப் பாடல் உண்டு. அதில் அர்ஜுனனின் மகன் வீர அபிமன்யூ பற்றியது. கிருஷ்ணனின் மகள் சுந்தரி அபிமன்யூவைக் காதலிக்கிறாள். கிருஷ்ணன் அதற்குத் தடைசொல்லுகிறான். அவளிடம் நீ எந்த ஆசிரியரிடம் படித்தாய் எனக் கேட்கிறான். சுந்தரி உடனே ஆசிரியர் ஒருவரின் கதையைக் கூறுகிறாள். அந்த ஆசிரியர் தன் மாணவியிடம் கல்மிஷம் செய்கிறார். அவர் கடைசியில் புலி கடித்து இறக்கிறார்; கொல்லப்படுகிறார். இதுபோல் வேறு கதைகளும் உண்டு. இதுபோன்ற பதிவுகள் இலக்கியங்களிலோ கல்வெட்டுகளிலோ இல்லை.

திருவிதாங்கூரில்

திருவிதாங்கூர் அரசு பள்ளிகள் அறிமுகமாவதற்கு முன் இருந்த-திண்ணைப் பள்ளிக் கூடங்கள் பற்றி திருவிதாங்கூர் சர்ச் வரலாற்றை எழுதிய சி.எம்.ஆகூர் என்பவர் விரிவாகச் சொல்லியிருக்கிறார். "1903இல் திருவிதாங்கூரில் 1300 திண்ணைப் பள்ளிக்கூடங்கள் இருந்தன. இவற்றில் 50,000 மாணவர்கள் படித்தனர். ஒரு பள்ளிக்கு ஒரே ஆசிரியராக இருந்தார். பெண்கள் இந்தப் பள்ளிகளில் படிக்கவில்லை. திண்ணைப் பள்ளிக் கூட ஆசிரியர்கள் செல்வந்தர் வீடுகளுக்குச் சென்று பெண்களுக்குக் கற்பித்திருக்கிறார்கள்" என்கிறார்.

திருவிதாங்கூரில் 1860லேயே அரசு பள்ளிகள் வந்த பின்பும் 40 ஆண்டுகள் கழித்தும் திண்ணைப் பள்ளிகள் நடந்திருக்கின்றன. இது போன்றே தமிழகத்தின் நிலையும், சென்னையில் பல்கலைக்கழகம், ராஜதானி கல்லூரி, தாம்பரம் கல்லூரி, பிஷப் ஹியூபர் கல்லூரி, பாளை தூய சேவியர் கல்லூரி, வளனார் கல்லூரி எல்லாம் தொடங்கப்பட்ட பின்பு 60-70ஆண்டுகள் திண்ணைப் பள்ளிகள் நடந்திருக்கின்றன.

திண்ணையில் பள்ளிகள்

பள்ளி என்பது சமண சமயம் தொடர்பான சொல். மடங்களைக் குறிக்கவும் பின் கல்விக் கூடங்களைக் குறிக்கவும் பயன்பட்டது. ஆசிரியரின் வீட்டுத் திண்ணையே பள்ளியாகச் செயல்பட்டது. இது தமிழகத்தில் பரவலான ஆரம்பகால நிலை. இது பற்றிய குறிப்புகள் உ.வே.சா. போன்ற பழைய தமிழறிஞர்களின் அனுபவக் கட்டுரை களில் உள்ளன.

பெரும்பாலும் திண்ணைப் பள்ளிக் கூடம் இருந்த ஊரில் உள்ள மாணவர்களே இங்குக் கற்றனர். மாணவர்கள் வீட்டிற்குச் சென்று திரும்பும் அளவு தூரத்தில்தான் திண்ணைப் பள்ளிக்கூடம் இருந்தது.

மாணவர்கள் அதிகாலையில் திண்ணைப் பள்ளிக்கூடத்திற்குள் நுழைந்ததும் ஆசிரியர் மாணவன் கையில் பிரம்பால் லேசாக அடித்து தான் வரவேற்பார். அது பள்ளிக்கு வந்ததன் அடையாளம். மாணவன் காலையில் கொண்டுவந்த மணலைத் தரையில் கொட்டி பரப்பிவிட்டு எழுதப் பழகுவான். வரிவடிவமும் ஒலி வடிவமும் முழுதும் பூர்த்தியான பின்புதான் ஓலையில் எழுதும் பயிற்சி ஆரம்பமாகும்.

சட்டாம்பிள்ளை

மாணவர்களில் உடல்வலு உள்ள திறமையான மாணவனே மற்ற மாணவர்களுக்குப் பாடம் சொல்லவும் செய்வான். கட்டளை இடுவான். அதிகாரம் செய்வான். இவன் சட்டாம்பிள்ளை எனப்படுவான். பிரிட்டிஷ் அரசு காலத்தில் மாணவனைக் கொண்டே மாணவனுக்குக் கற்பிக்கும் முறை இருந்தது. இதை "சட்டாம்பிள்ளை கல்விமுறை" என்றனர். இது அப்போது கம்பெனி அரசால் ஒப்புக்கொள்ளப்பட்டது.

இரண்டே பாடங்கள்

திண்ணைப் பள்ளிக்கூடத்தில் தமிழ் கணக்கு இரண்டு மட்டும் கற்பிக்கப்பட்டன. தொடக்க காலத்தில் நீதி நூற்கள் வழி ஒழுக்கத்தைக் கற்பிப்பதே கல்வி என நம்பப்பட்டது. கணக்கு என்பது வாய்ப்பாடு களை மனனம் செய்வதுதான். அவை கீழ் வாயிலக்கம், மேல் வாயிலக்கம் குழிமாற்று நெல்லிலக்கம் என்பவை. முக்கியமாக பெருக்கல் வகுத்தல் கூட்டல் வாய்ப்பாடுகளாகக் கற்பிக்கப்பட்டன.

மரபுவழியான தொழில் நுட்பம் கல்வியாக அங்கீகரிக்கப்பட வில்லை. இவை தந்தை / மாமா வழியே அறியப்பட்டன.

முறண்டு

திண்ணைப் பள்ளிக்கூடத்தில் பாடத்தை ஒப்புவிப்பதை முறை சொல்லுதல் என்றனர். இதற்கு முறண்டு என்றும் பேச்சுவழக்குச் சொல்லும் உண்டு. திரும்பத்திரும்பச் சொல்லுதல் என்பது இதன் பொருள். முறண்டு பிடித்தல் என்னும் சொல்வழக்காறு இதிலிருந்து வந்திருக்கலாம்.

சம்பளம்

மாத அமாவாசை, பிரதமை, அட்டமி நாட்களிலும் விஜயதசமி, தீபாவளி, சதுர்த்தி போன்ற நாட்களிலும் திண்ணைப் பள்ளிக்கூடத்துக்கு விடுமுறை நாட்கள். இவை வாவு நாட்கள் எனப்படும். ஆசிரியருக்கு மாதம்தோறும் கால் பணமோ அதற்குக் கூடுதலோ சம்பளம் கொடுக்கும் மரபு தஞ்சை, திருச்சி மாவட்டங்களில் இருந்ததை உ.வே.சா. கூறுகிறார். தினமும் காய்கறி, வறட்டி, விறகு என எதாவது ஒன்றையும் கொடுப்ப துண்டு. வசதி படைத்த மாணவன் இன்னும் அதிகம் கொடுப்பார். இவர்களின் வீட்டுக் கல்யாண சமயத்தில் ஆசிரியருக்கு ஆடையும் தானியங்களும் கொடுப்பார்கள். நவராத்திரி காலத்தில் ஆசிரியருக்கு வருமானம் அதிகம். இது வட்டாரத்துக்கு வட்டாரம் மாறுபடும்.

தண்டனை

மாணவனைத் தண்டிப்பதன் மூலம் தான் நல்ல கல்வியைக் கொடுக்க முடியும் என்பது அன்றைய ஆசிரியர்களின் உறுதியான நம்பிக்கை. இதற்குப் பெற்றோர்களும் மறுப்புச் சொல்லவில்லை. ஆசிரியர் எப்போதும் பிரம்புடன்தான் இருப்பார். அம்மானைப் பாடல் களும் வில்லிசைப் பாடல்களும் இந்தத் தண்டனைகளைப் பட்டியல் போடுகின்றன. பிரதாபமுதலியார் சரித்திரம் என்னும் நாவலில், ஆசிரியர் அடிப்பது பற்றிய செய்தி கிண்டலாகக் கூறப்படுகிறது. செல்வந்தரான பிரதாபனுக்குக் கற்பித்த ஆசிரியருக்கு மாணவனுக்கு அடிகொடுக்காமல் பாடம் நடத்த முடியாது. ஜமீந்தாரின் மகனை அடிக்கவும் முடியாது. அதனால் அடிப்பதற்கென்றே ஒரு மாணவனை நியமித்தார் ஜமீந்தார். பிரதாபன் பாடம் சொல்லவில்லை என்றால் அந்தக் கூலி மாணவன் அடிபடுவான். இந்த நாவல் தமிழின் முதல் நாவல் 1878இல் வந்தது.

திண்ணைப் பள்ளிக் கூடங்களில் கற்பிக்கப்பட்ட இன்னொரு விஷயம் ஓலையில் எழுதவும் படிக்கவும் பயிற்சி கொடுத்தது. பனை ஓலையை வடிவமைப்பது, எழுதுவது, பாதுகாப்பது எனப்பல

விஷயங்களை திண்ணைப் பள்ளிக் கூட ஆசிரியரே கற்பித்திருக்கிறார். வில்லிசைப் பாடல்களில் கூட இது பற்றிய செய்தி வருகின்றது (சிவராம பாண்டியன் கதை, ஆந்திரமுடையார் கதை).

தமிழகத்தில் இரண்டு வகையான ஓலைகளில் எழுதினார்கள். முதல்வகை சாதாரணப் பனை ஓலை; இந்தவகை சுவடிகள் அதிகம் கிடைக்கின்றன. இன்னொன்று சீதாளப்பனை ஓலை அல்லது தாளிப்பனை ஓலை. இந்த ஓலை நீளமும் அகலமும் அதிகம் உடையது. மென்மையானதும் கூட. அதனால் பெரிய இதிகாசங்களை எழுத இந்த ஓலையைப் பயன்படுத்தினர். இந்த ஓலை நாளடைவில் கறுத்துவிடும் என்பது ஒரு குறை. கன்னியாகுமரி மாவட்டம் பார்த்திவசேகரபுரம் என்ற ஊரில் கிடைத்த சமஸ்கிருத இலக்கியங்கள் எல்லாம் தாளிப்பனை ஓலையில் எழுதப்பட்டவை என இவற்றை சேகரித்த கணபதி சாஸ்திரிகள் கூறுகிறார். கவி பாஷனின் ஸ்வப்பன வாசவதத்தா என்ற சமஸ்கிருத நூலின் முழுமையான வடிவம் இந்தியாவிலேயே இந்த ஊரில்தான் கிடைத்தது. அதுவும் ஒரு திண்ணைப் பள்ளிக்கூட ஆசிரியரின் வீட்டிலிருந்தது.

எழுத்தாணி

ஓலையில் எழுத எழுத்தாணி என்ற கருவியைப் பயன்படுத்தினர். இது குண்டெழுத்தாணி, வாரெழுத்தாணி, மடக்கெழுத்தாணி எனப் பல பெயர்களில் இருந்தது. மிகச் சிறிய எழுத்தில் எழுத கூரெழுத்தாணி என்ற ஒருவகையைப் பயன்படுத்தினர். மந்திரவாத நூற்கள் எழுத கூரெழுத்தாணிதான் வேண்டும் என்ற செய்தியை "காணி சாவு" கதைப் பாடல் கூறும். வரைபடம் வரைய நுட்பமான குறியீடுகளை எழுத கூரெழுத்தாணியால்தான் முடியும். ஓலையை நறுக்கப் பயன்பட்ட கத்தியும் எழுத்தாணியும் இணைந்த வடிவம் உண்டு. இது மடக்கெழுத் தாணி எனப்பட்டது. பனையோலை செய்த கூட்டுக்குள் இருப்பது வாரெழுத்தாணி.

எழுதும் முறை

ஓலையை இடது கையால் பிடித்து வலது கையால் எழுதினர். சிலர் இடது கை பெருவிரலில் நீண்ட நகம் வளர்த்திருப்பார். நகத்தில் பிறைவடிவத்துளை இருக்கும். பெருவிரல் நகத்தை ஓலையில் பதித்து பிறைதுவாரம் வழி கூரிய எழுத்தாணி முனையை நுழைத்து எழுதுவர். மிகச் சிறிய எழுத்து எழுத இந்த முறை. சிவராமப் பாண்டியர் கதைப்பாடல் இதை நுணுக்கமாகக் கூறுகிறது.

ஒரு ஓலையில் இத்தனை வரி எழுத வேண்டும் என்ற கணக்கில்லை. ஓலையின் பக்க எண் இடுவது, தலைப்பு இடுவது என்ற வழக்கம்

இருந்தது. இலக்கிய ஏடுகளைவிட மந்திரவாத, மருத்துவ, ஜோதிட ஓலைகளில் இந்த வழக்கம் கட்டாயமாக்கப்பட்டிருந்ததை பதனீர் குணசிந்தாமணி ஏட்டுப் பிரதி கூறும். ஓலைக்கட்டுகளில் ஒன்றோ ரெண்டோ துவாரமிட்டு நூலைச் செருகி கட்டிவைப்பர். கயிறு நழுவாமல் இருக்க பனை ஓலை நறுக்கைக் கட்டியிருப்பர், இது கிளிமூக்கு எனப்பட்டது.

ஓலை பாதுகாப்பு

ஓலைச் சுவடியைப் பாதுகாப்பது பற்றி உ.வே.சா. போன்றோர் கூறியுள்ளனர். பதநீர் குணசிந்தாமணி என்ற ஏடு இது பற்றி விரிவாகக் கூறுகிறது. வசம்பு, மஞ்சள் பொலிவுடன் மணத்தக்காளி இலை அல்லது ஊமத்தம்பூ இலைச்சாற்றைக் கலந்து ஓலையில் பூசலாம். தர்ப்பைப் புல் கரியுடன் இலைச்சாற்றைக் கலந்தும் பூசலாம். இந்த மூலிகைக் கலப்புக் குழம்பு பூசுவதால் ஓலையைப் பூச்சி அரிக்காது.

படியோலை

ஒரு ஏட்டைப் பிரதி எடுப்பதை படியோலை என்பர். வடஇந்தியாவில் இப்படி பிரதி செய்வதற்கு என்று “காயஸ்கர்” என்ற ஒரு சாதியினர் இருந்தனர் என்று கார்த்திகேய சிவத்தம்பி கூறுகிறார். தமிழகத்தில் இப்படிப் படியோலை எடுக்க தனியான ஊர்கள் இருந்தன. இந்த ஊர்களின் அடையாளம் கேட்டு உ.வே.சா. அலைந்திருக்கிறார். திருநெல்வேலி மாவட்டம் தென்திருப்பேரை, ஆழ்வார் திருநகரி என இப்படிச் சில உதாரணங்கள். இப்படியான பல செய்திகளை திண்ணைப் பள்ளிக்கூட ஆசிரியர்கள் கற்பித்தனர்.

திண்ணைப் பள்ளிக் கூடம் தொடர்பான சில சொற்கள் இப்போது வழக்கில் இல்லை.

அண்ணாந்தாள் - மாணவனுக்குக் கொடுக்கப்படும் தண்டனை.

ஏற்றாள் அல்லது வேற்றாள் - பள்ளிக் கூடத்துக்கு முதலில் வரும் மாணவன்

கட்டை மாட்டல் - மாணவனுக்குரிய தண்டனை

குதிரை ஏற்றம் - மாணவனுக்குரிய தண்டனை

கோதண்டம் இடுதல் - மாணவனுக்குரிய தண்டனை

சட்டம் - மாணவனுக்கு எழுத்துக்களை ஓலையில் எழுதும் முதல் பயிற்சி

சட்டாம்பிள்ளை - மாணவர் தலைவன்

சுவடிதூக்கு - ஓலைச் சுவடிகளை ஒரு பலகையில் வைத்து முதுகின் முன் தொங்கவிட்டு தூக்கிச் செல்வது.

துவக்கல் - புதிய ஏட்டை படிக்கத் தொடங்கும் முதல் நிகழ்வு

படியோலை - மூல ஓலையிலிருந்து பிரதி செய்யும் ஓலை

மானம்பூ - ஆசிரியருக்கு நவராத்திரியில் வரும் உபரி வருமானம்

முறங்கு சொல்லல் - மனப்பாடமானதை திருப்பிச் சொல்லுதல்

முறை சொல்லல் - மனப்பாடமானதை திருப்பிச் சொல்லுதல்

முரண்டு - உருப்போடுதல், திரும்பத் திரும்பச் சொல்லுதல்

வாவுநாள் - விடுமுறை நாள்

வாவுக்காசு - ஆசிரியரின் சம்பளம்

உங்கள் நூலகம்: ஏப்ரல், மே, 2020

13. சைவசித்தாந்த நூற்பதிப்புக் கழகம்
(1920 - 2020)

தமிழ் மாணவர்கள், ஆசிரியர்கள், தமிழ் ஆர்வலர் அறிஞர்களுக்கிடையே கழகம் என்னும் சொல் நிச்சியமாக அரசியலை மட்டும் நினைவுபடுத்தாது. திருநெல்வேலி தென்னிந்திய சைவ- சித்தாந்த நூற்பதிப்புக் கழகம் என்னும் நீண்ட பெயர் இவர்களுக்குத் தெரியாது. சைவசித்தாந்த நூற்பதிப்புக்கழகம் என்பதே சகஜம். பிஎச்.டி ஆய்வடங்களில் கூட இப்படியே எழுதுவது மரபாகி விட்டது.

1008 புத்தகங்கள்

இந்தப் பதிப்பகம் 1920ல் ஆரம்பித்து 1961 ஆம் ஆண்டுக்குள் 1008 புத்தகங்களை வெளியிட்டுள்ளது. 42 வருடங்களில் 1008 புத்தகங்கள். ஒரு வருடத்துக்கு 24 புத்தகங்கள். இரண்டு மாதத்திற்கு ஒரு புத்தகம். இவை கைகளால் தமிழ் எழுத்து உருவை கோத்து டிரெடில் இயந்திரத்தில் 8 பக்கங்கள் என அடித்து கையால் தைத்து கட்டமைத்து புத்தகம் வெளிவந்த காலத்தில் வந்தவை. நினைத்த உடனே கணிப்பொறியில் அடித்து 50 பிரதிகளை மட்டும் அச்சிட்டு சந்தையில் கொண்டு போகாமலே வைத்திருக்கும் இன்றைய நிலையில் கழகத்தின் செயல்பாடுகளைக் கற்பனை பண்ணமுடியாது.

திருவரங்கனார்

கழகத்தின் வரலாற்றை அறியுமுன் இதை நிறுவக் காரணமாயிருந்த சிலரைத் தெரிய வேண்டும். இந்த வரிசையில் திருவரங்கம் பிள்ளைக்கு முதலிடம் உண்டு. திருநெல்வேலியில் பிறந்த (1890) இவர் 17 வயதில் இலங்கை சென்றுவிட்டார். பத்தாம் வகுப்புவரை இவர் படித்திருந்தாலும் தானாகப் படித்து பொதுவான அறிவைப் பெற்றிருக்கிறார்.

திருவரங்கனார் யாழ்ப்பாணத்தில் பல வேலைகளில் இருந்திருக்கிறார், சங்கர் கம்பெனி என்ற புத்தகக் கடை நடத்தியிருக்கிறார், இதனால் யாழ்ப்பாணத் தமிழ் அறிஞர்களின் தொடர்பு வந்தது. இதனால் மறைமலையடிகளை யாழ்ப்பாணத்துக்கு அழைத்துப் பேசச் செய்திருக்கிறார்.

மறைமலையடிகளுக்கும் இவருக்கும் ஏற்பட்ட தொடர்பால் இவரது தமிழ் அபிமானமும் தீவிரமானது. மறைமலையடிகளின் மகன் நீலாம்பிகையை மணம் செய்யும் அளவுக்கு அடிகளின் தொடர்பு நீண்டது. இந்த நிலையில் திருவரங்கனார் இலங்கையில் நடத்திய புத்தகக் கடையை மூடிவிட்டு சென்னைக்கு வந்தார். சென்னையிலும் சங்கர் புத்தகக் கம்பெனி என்ற பெயரில் ஒரு கடை திறந்தார்.

மா. திரவியம் பிள்ளை

திருநெல்வேலியில் மா. திரவியம் பிள்ளை என்பவர் இருந்தார். இவர் கே.எஸ். வங்கியின் எம்.டி. இந்த வங்கி பின்னர் தென்னிந்திய வங்கி எனப் பெயர் பெற்றது, இதே வங்கி பின்னர் இந்தியன் ஓவர்சீயஸ் வங்கியுடன் இணைந்தது. மா. திரவியம், பிள்ளையின் நண்பர் விசுவநாதபிள்ளை இருவரும் தமிழ் சைவம் இரண்டின் வளர்ச்சிக்காக ஒரு பதிப்பகம் ஆரம்பிக்கலாம் என்று யோசித்தார்கள். நூல் பதிப்பு பற்றி எதுவுமே தெரியாதவர்கள் இவர்கள். அப்போது - யாரோ திருவரங்கம் பிள்ளையைப் பற்றி இருவரிடம் சொன்னார்கள்.

சுப்பையாபிள்ளை

சென்னையிலிருந்த திருவரங்கனாரிடம் திரவியம் பிள்ளை தன் திட்டத்தைச் சொன்னார். அவர் சம்மதித்தார்; அவரது தம்பி சுப்பையா - பிள்ளையையும் துணைக்குச் சேர்த்துக் கொள்ளலாம் என்றார், திட்டம் - விவாதிக்கப்பட்டது. விசுவநாத பிள்ளையும் திரவியம்- பிள்ளையும். ஒரு பங்குக்கு 10 ரூபாய் வைத்து 5000 பங்குகள் எடுத்துக் கொண்டனர். "திருநெல்வேலி தென்னிந்திய சைவ சித்தாந்த நூற்பதிப்புக் கழகம் - லிமிடெட்" என்னும் பெயரில் 1920 செப்டம்பர் 21ம் நாள் பதிவு செய்யப்பட்டது.

முதல் நூல்

திருவரங்கனார் சென்னையிலிருந்து திருநெல்வேலிக்கு வந்தார்; அவரது தம்பி சுப்பையா கழகத்தின் சென்னை கிளையைக் கவனிக்க வேண்டும் என்பது ஏற்பாடு. கழகத்தின் முதல் நூல் திருவாப்புகழ் மாலை வெளிவந்தது (1920). இதில் விநாயகர் அகவலும் கந்தர்கலி வெண்பாவும் இருந்தன. தொடர்ந்து சோமேசர் முதுமொழி வெண்பா உரை, திருக்கருவைப் பதிற்றுப்பத்தந்தாதி எனச் சில நூற்கள் வந்தன.

நீலாம்பிகை

கழகம் ஆரம்பித்த 4 வருடங்களில் திரவியம் பிள்ளை இறந்தார். இதன் பிறகு வ. சுப்பையாவின் பொறுப்பு கூடியது. இவர் பதிப்புப் பொறுப்பில் தீவிரமானார். 1927ல் திருவரங்கனார் மறைமலையடி களின் மகள் நீலாம்பிகையை மணந்தார். நீலாம்பிகை தமிழிலும்

வடமொழியிலும் புலமை உடையவர். இவர் எழுதிய நூற்கள் கழகம் வழி வந்தன.

கழகம் ஆரம்பித்த காலத்தில் சட்டக் கல்லூரி மாணவராக இருந்த கா.சு. பிள்ளை உதவினார், அவரது இறுதிவரை இது தொடர்ந்தது. 1925ல் கழகம் பாடநூற்களை வெளியிட்டது. இதனால் புத்தக விற்பனை அதிகமாயிற்று.

நூல் கட்டமைப்பு

கழக நூற்கள் எல்லாருமே - கட்டமைப்பில் தரம் உடையதாக இருக்கும், ஆரம்பகாலத்தில் கட்டமைப்பின் பொறுப்பைக் கவனிக்க மாணிக்கசாமி என்பவரை நியமித்திருந்தார்கள், (1929). இவர் கழகத்தின் புத்தகம் ஒன்றின் கட்டமைப்பிற்காக மத்திய அரசின் பரிசு பெற்றார். இவரது திருக்குறள் நூல் வடிவமைப்பை பல பத்திரிகைகள் பாராட்டின.

புலவர்கள் வரலாறு

சென்னையில் கழகத்திற்குச் சொந்தமாக ஒரு கட்டடம் வாங்கப் பட்டது (1940). மு.வ. வின் தொடர்பால் கழக வாசகர்களின் எண்ணிக்கை அதிகமானது, இராமசாமிப் புலவர் எழுதிய தமிழ்ப் புலவர்களின் வரலாறு 24 தொகுதிகளாக வந்தது. இவர் வேதநாயகம் பிள்ளையின் பிரதாப முதலியாரின் நாவலை செப்பம் செய்து வெளியிட்டார்; கழகப் பழமொழி வரிசையையும் இராமசாமிப் புலவரே தொகுத்தார்.

மயிலை முதலியோர்

கழகப் பதிப்பகம் வழி வரும் நூற்களுக்கென்ற மரியாதை ஐம்பதுக்களின் முன்னரே உருவாகி விட்டது. இதனால் கழகம் வழி தங்கள் நூல் வருவதை அறிஞர்கள் விரும்பினர். கா. அப்பாத்துரை, செங்கல்வராய பிள்ளை, தேவநேயப்பாவாணர், சேது ரகுநாதன், கா. கோவிந்தன், மயிலை சீனி வேங்கடசாமி, மா. இராஜமாணிக்கனார், சோமசுந்தரனார் என்னும் நீண்ட பட்டியல் உண்டு.

கழக எம்.டி

கழகத்தை நடத்திய ஆரம்பகால பொறுப்பாளரும் மறைமலையடி களின் மருமகனுமான திருவரங்கனார் 1944-ல் இறந்தார். இதன் பின் கழகத்தின் எம்.டி.யாக வ.சுப்பையா பிள்ளை நியமிக்கப்பட்டார் (1945). இதன் பிறகு கழக நூற்களின் எண்ணிக்கை அதிகமானது.

அப்பர் அச்சகம்

கழகத்துக்கு எனச் சொந்தமாக அச்சகம் ஒன்று நிறுவப்பட்டது (1948). இது அப்பர் அச்சகம் எனப் பெயர் பெற்றது. இதை அன்றைய முதலமைச்சர் ஓமந்தூர் ரெட்டியார் திறந்து வைத்துப் பேசினார். திருநெல்வேலி தலைமைக் கட்டிடத்தில் கழகத்திற்கென ஒரு நூல் நிலையம் செயல்பட ஆரம்பித்தது, (1937). இது அபூர்வமான நூல்கள் கொண்ட நிலையம்.

செந்தமிழ் செல்வி

கழகம் தமிழ் வித்துவான் தேர்வுக்கு பயிற்சி கொடுப்பதற்காக திருவள்ளுவர் செந்தமிழ் தனிப்பயிற்சிக் கல்லூரி ஒன்று நடத்தியது. 1924ல் ஆரம்பிக்கப்பட்ட செந்தமிழ் செல்வி மாத இதழின் ஆசிரியராக முதலில் மணி திருநாவுக்கரசு முதலியார் இருந்தார்.

செந்தமிழ் செல்வியில் மொழி, சமயம், இலக்கணம் என அரிய விஷயங்கள் பற்றிய கட்டுரைகள் வந்தன. இந்த இதழின் ஓராண்டுத் தொகுப்பு நல்ல தாளில் அச்சிடப்பட்டது; நல்ல கட்டமைப்புடன் வந்தது. இன்றும் செல்வியின் பொலிவு குறையாமல் இருப்பதைப் பார்க்கலாம். இரண்டாம் உலகப்போரின் போது தாள் கட்டுப்பாடு காரணமாக மூன்று ஆண்டுகள் செந்தமிழ் செல்வி வரவில்லை. 1947க்குப் பின் சுப்பையா பிள்ளை ஆசிரியர் ஆனார்.

திருக்குறள் பதிப்பு

கழகம் வெளியீடாக 1929 ஆம் ஆண்டு முதல் சைவப் பஞ்சாங்கம் வந்தது. இதன் ஆசிரியர் கி.மு. சுப்பிரமணியபிள்ளை. திருக்குறள் நாட்குறிப்புக்கு இந்தப் பஞ்சாங்கக் குறிப்புகள் பயன்படுத்தப்பட்டன. திருக்குறள் பரிமேலழகர் உரையை மலிவுப்பதிப்பாக கழகம் வெளியிட்டது (1937). விலை ஒரு ரூபாய் எட்டணா, அமோக விற்பனை.

திருக்குறளை தீப்பெட்டி அளவில் கழகம் வெளியிட்டது. கலைவாணர் என்.எஸ். கிருஷ்ணன் பணம் திரைப்படத்தில் இச்சிறு குறள் நூலைக் காட்டிப் பிரபலமாக்கினார் (1954). இந்நூலின் வடிவமைப்பிற்கு இந்தியக் குடியரசுத் தலைவர் பரிசு கிடைத்தது, (1956). மு.வ.வின் திருக்குறள் உரையை 1949இல் கழகம் வெளியிட்டது. பத்து ஆண்டுகளுள் ஒரு லட்சம் விற்பனையான பதிப்பு இது.

இலக்கிய மாநாடுகள்

பழைய இலக்கியங்கள் பற்றி சாதாரண வாசகனும் அறிந்துகொள்ள மாநாடுகள் நடத்தலாம் என்ற சுப்பையாபிள்ளையின் திட்டத்திற்கு

தமிழக அறிஞர்கள் பலரும் ஆதரவு கொடுத்தனர். 1940 - 1960 ஆம் ஆண்டுகளில் இம்மாநாடுகள் சென்னை, மதுரை, திருநெல்வேலி ஆகிய இடங்களில் நடந்தன.

எட்டுத்தொகை நூற்களுக்கு எட்டு நாள்கள், பத்துப்பாட்டு நூற்களுக்கு ஒரு நாள், பதினெண்கீழ்க்கணக்கு நூற்களுக்கு ஒருநாள், சிற்றிலக்கியங்களுக்கு மூன்று நாள்கள், தமிழக வரலாறு அரசியலுக்கு இரண்டு நாட்கள் மெய்கண்ட சாத்திரங்களுக்கு 5 நாட்கள் என 20 நாட்களில் மாநாடுகள் நடித்தினர் மாநாட்டில் தமிழிசைப் பாடல்களும் பாடப்பட்டன. தமிழகத்தில் உள்ள நூற்றுக்கும் மேற்பட்ட அறிஞர்கள் மாநாடுகளில் கலந்து கொண்டனர்.

இருபது நாட்கள் நடந்த கூட்டத்தில் பேசியவர்கள் தங்கள் பேச்சுகளை கட்டுரையாகவும் கொடுத்திருக்கின்றனர். இவை 15 தொகுதிகளாக வந்திருக்கின்றன. இவை நேர்த்தியான அச்சு, கட்டமைப்பு உடையது. மெய்கண்ட சாத்திர பேச்சுக்கள் நூல் வடிவில் வரவில்லை. மாநாட்டு சொற்பொழிவு நூற்கள் மறுபடியும் அச்சில் வரவில்லை.

சங்கநூற்கள்

கழகத்தின் முக்கியமான சிறப்பு சங்கத் தொகை நூற்கள், மேல்கணக்கு, சிறிய பெரிய காப்பியங்கள் சிற்றிலக்கியங்கள் போன்றவற்றை உரையுடன் வெளியிட்டதுதான். அவ்வை துரைசாமிப் பிள்ளை (புறநானூறு, பதிற்றுப்பத்து), பெ.வே. சோமசுந்தரனார் (பத்துப்பாட்டு, குறுந்தொகை, ஐங்குறுநூறு), வேங்கடசாமி நாட்டார் (அகநானூறு), சோமசுந்தரனார் (சிலப்பதிகாரம்) என இப்படியான பட்டியல் மிக நீண்டது.

கல்லூரி தமிழ் பி.ஏ, எம்.ஏ வகுப்புகளில் கழக உரையையே வைத்திருக்க வேண்டும் என்று வற்புறுத்திய ஆசிரியர்களும் இப்போது இல்லை.

காக்கைச் சிறகினிலே: நவம்பர், 2020

14. கோட்டையில் அடைபட்டவர்கள்

அந்த அஞ்சுதலை நாகம் நெட்டநெடு நேராக நின்று கொண்டு தான் பேசியது... அவங்க எல்லோரையும் காப்பாத்த முடியல்ல; கொஞ்சம் பேரு நெருப்பில அவிஞ்சு போனாங்க... என்ற ஒரு கதையைப் பாதியிலே ஆரம்பித்து விட்டு பின்னர் தொடக்கத்துக்கு வந்தார் பெரியசாமி.

ஸ்ரீவைகுண்டம் ஊரின் தெற்கே ஓடிய அந்த தாமிரபரணி ஆற்றின் கரையில் கொஞ்சமாக இருந்த மணலும் புல்லும் நிறைந்த இடத்தில் இருந்தபோதுதான்அந்தக் கதையைச் சொல்ல ஆரம்பித்தார் அவர்.

என் மாணவனின் அப்பா பெரியசாமி ஸ்ரீவைகுண்டம் ஊரில் பூர்வீகமாய் விவசாயம் செய்து வந்தார். என் நண்பனின் கல்யாணத்துக்கு ஸ்ரீவைகுண்டம் வருகிறேன் என்று என் மாணவன் மூலம் பெரியசாமிக்குச் சொல்லிவிட்டேன். அவர் கல்யாணத்திற்கு முந்தின நாளே வரவும் கள்ளபிரான் கோவிலுக்கும் வேறு இடங்களுக்கும் போகலாம் என்று சொல்லி இருந்தார். பெரியசாமியின் மகனுக்கு நான் பலவிதங்களில் உதவியிருந்தேன். அதை எல்லாம் அப்பாவிடம் பெரிதுபடுத்திச் சொல்லியிருக்கலாம். நான் அவரை சந்தித்ததுமே ஸ்ரீவைகுண்ட வரைபடத்தை சுருக்கமாய்ச் சொல்லிவிட்டார்.

நாங்கள் காவலர் குடியிருப்புக் காலனிக்கு அருகே இருந்த குமரகுருபரர் நூலகத்தைப் பார்த்துவிட்டு கள்ளபிரான் கோவிலுக்கு வந்தோம். அங்கிருந்து நிலப்பதிவு அலுவலகத்துக்கு வந்தபோது தான் கோட்டைப் பிள்ளைகள் வாழ்ந்த இடத்தைக் காட்டினார். நாங்கள் மேற்கே நடந்து கிழக்கு வாசல்வழி வடக்கே போய் மறுபடியும் சுற்றி வந்தோம். இடையில் பார்த்தவர்களைச் சந்தித்து உரையாடினோம்.

1976ல் முதல் முறையாக ஸ்ரீவைகுண்டம் வேளாளரின் கோட்டையைப் பார்த்தபோது பெருமளவில் சேதப்பட்டிருந்ததைப் பார்த்த ஞாபகம் இருக்கிறது. கோட்டைக்குள் இருந்த மரங்கள் தெரிந்தன. வடக்கு வாசல் மிகவும் பாழடைந்திருந்தது.

ஸ்ரீவைகுண்டம் ஊரில் கிழக்கு மேற்காக ஓடும் தாமிரபரணி ஆற்றின் வடக்கு கிழக்கு மேற்காக இருந்தது அந்தக் கோட்டை.

அதைப் பற்றி பெரியசாமியும் வேறு சிலரும் சொன்ன விஷயங்களைத் தொகுப்பதில் சிரமம் இருக்கவில்லை.

கோட்டையைப் பற்றிய செய்திகளை அப்படியும் இப்படியுமாகச் சேகரித்த பின்னர்தான் தாமிரபரணி ஆற்றங்கரைக்குப் போனோம். அங்கே ஆற்றங்கரையில் இருந்த மாரியம்மன் கோவிலையும் பார்க்கலாம் என்றார். அந்த மாரியம்மனைப் பற்றிய ஒரு கதைப் பாடல் ஏட்டை கன்னியாகுமரி மாவட்டம் அகஸ்தீஸ்வரம் ஆறுமுகப் பெருமாள் நாடாரிடமிருந்து வாங்கினேன்; அதன் இன்னொரு கையெழுத்துப் பிரதியை பெரியசாமிப் பெற்றுத் தந்தார்.

அவர் மாரியம்மன் என்றது அனந்தாயி அம்மனை, அவள் ஸ்ரீவைகுண்டம் ஊர் பிராமணப் பெண். கணவன் இறந்தபின் அவளைச் சொந்தக்காரர்கள் விரட்டியடிக்க தற்கொலை செய்தாள். அதன் பிறகு மாரியம்மன் ஆளாள்.

எனக்குத் தெரிந்த இக்கதையை பெரியசாமி அவர் பாணியில் சொன்னார். பேச்சை பாதியில் திருப்பி கோட்டைப் பிள்ளைகளின் கதையைக் கேட்டேன். சொல்ல ஆரம்பித்தார்.

அந்த மக்கள் காஷ்மீரிலிருந்து குடிபெயர்ந்தது ஏன் என்று தெரியாது. கொஞ்சம்பேர் கூட்டமாக பாண்டி நாட்டுக்குள் அடங்கியிருந்த ராமநாதபுரம் பகுதியில் உள்ள செலுகை என்னும் குக்கிராமத்துக்கு வந்தார்கள். அப்போது பாண்டி நாட்டின் அரசனாக வனவர்த்த பாண்டியன் என்பவன் இருந்தான். அவன் கனவில் ஐந்துதலை நாகம் வந்து "உன் தேசத்திற்குக் குடிபெயர்ந்தவர்கள் பாரம்பரியம் மிக்கவர்கள். உனக்கு முடிசூட்டி வைக்கும் அளவுக்கு உயர்ந்தவர்கள். அவர்களுக்கு இடம் கொடுத்து உபசரிப்பாய்" என்று சொன்னது.

பாண்டியன் அப்படியே செய்வதாக வாக்களித்தான். தன் கீழ் அடங்கிய சிற்றரசனாய் இருந்த ராமநாதபுரம் மன்னனுக்கு செய்தி அனுப்பினார். அவள் தன் பழைய கோட்டை ஒன்றைப் புதுப்பித்து அதில் அவர்களைக் குடியமர்த்தினான். அப்படிக் குடியேறியவர்கள் தங்களை வேளாளர் சாதியினராகவே சொல்லிக்கொண்டனர்.

கோட்டை வேளாளர்கள் பாண்டிச் சிற்றரசனுக்குப் பலவகையில் உதவி செய்தனர். முக்கியமாக விவசாயத் தொழில்நுட்பம், நீர் மேலாண்மையில் கவனம் செலுத்தினர். அரசனின் அரசியல் ஆலோசகராக இருந்தனர். அரசனின் முடிசூட்டு விழா நிகழ்வில் தலைமை தாங்கினர்.

இப்படியே காலம் கடந்தது. ஒரு சமயம் இவர்களுக்கு ஒரு இக்கட்டு வந்தது. அப்போது அரசனாய் இருந்த தென்னவராயனின் வைப்பாட்டி வடிவில் இவர்களைச் சனி பிடித்தான். தென்னவராயனுக்கு ஒரு மனைவியும் கூத்தி வம்ச வைப்பாட்டி ஒருத்தியும் உண்டு. இரண்டு பேருக்கும் ஆண்பிள்ளைகள் உண்டு. நியாயமாக மூத்த மனைவியின் மகன் இளவரசனாக வரவேண்டும்.

தென்னவராயன் கூத்தியின் மயக்கத்தில் இரண்டாவது மகனுக்கு முடிசூட்ட ஆயத்தமானான். கோட்டை பிள்ளைகளிடம் ஆலோசனை கேட்டான். பிள்ளைகள் காமக்கூத்தியின் மகன் அரசனாக வருவது நியாயமல்ல, நாங்கள் இதற்கு இணங்கமாட்டோம் என்றனர். தென்னவராயன் "யோசித்துப் பாருங்கள். எனக்கு சாதகமாகப் பேசப்போகிறீர்களா மரணத்தைத் தழுவ வேண்டுமா" என்று கேட்டான்.

கோட்டைக்குள் கூடினர். அரசனுக்குப் பதில் சொல்லாமலேயே வந்துவிட்டனர். அவர்கள் எழுபது குடும்பம். விறகைக் குவித்தனர். நெருப்பு வைத்தனர். சிலர் நெருப்பில் குதித்தனர். மற்றவர்கள் யோசித்துக் கொண்டு நின்றனர்.

எஞ்சியவர்கள், பழவூர் நீலியின் கணவன் ஆனந்தனைக் காப்பாற்ற முடியாமல் 70 வேளாளர்கள் இறந்தார்களே! அவர்களைப் போலவே நாங்களும் ஒன்றாக மடிவோம் என்றனர். அப்போது அஞ்சுதலைப் பாம்பு ஒன்று ஆகாயத்திலிருந்து பொத்தென்று தரையில் விழுந்தது. முறம் போன்ற விரிந்த படத்தை தூக்கிக்காட்டி நேராக நின்றது. நிமிர்ந்து நின்ற அதன் உருவம் அச்சத்தை ஊட்டியது. அது பேச ஆரம்பித்தது.

"நல்லவர்களே, நெல்லையப்பர் கோவில் கொண்ட நகரத்தின் அருகே கொற்கை என்ற கடற்கரை கிராமம் உள்ளது. அங்கே பராக்கிரம பாண்டியன் என்ற அரசன் இருக்கிறான். அவன் உங்களுக்குத் தஞ்சமளிப்பான். பாதுகாப்பாகக் கோட்டை கட்டித் தருவான்" என்றது. எஞ்சியவர்கள் இரவோடு இரவாகக் கிடைத்த பொருட்களை மூட்டை கட்டிக் கொண்டு குடிபெயர்ந்தனர்.

கால்போன போக்கில் நடந்தார்கள் அவர்கள். அப்போது தாமிரபரணி ஆற்றங்கரையில் மரங்கள் நிறைந்த ஒரு பிரதேசத்தில் வரும்போது கூட்டத்திலிருந்த முதியவர் நின்றார். சுற்றுமுற்றும் பார்த்தார். தான், கனவில் கண்ட இடம் அது எனத் தெரிந்தது. இதுதான் நாம் தங்கவேண்டிய இடம் என்றார், எல்லோரும் அங்கே கூடாரம் அடித்தனர், இரவு தங்கினர்.

இதற்கிடையில் அஞ்சுதலைப் பாம்பு கொற்கை அரசன் பராக்கிரம பாண்டியனின் கனவில் தன் முழு உருவத்தைக் காட்டியது. தாமிரபரணி ஓடும் இடத்தின் வடக்கே ஸ்ரீவைகுண்டம் ஊரில் கொஞ்சம் பேர் கூடி இருக்கிறார்கள். அவர்களுக்கு இடமும் கொடுத்து கோட்டையும் கட்டிக்கொடு என பாம்பு சொன்னது.

அரசன் தூதனை அனுப்பி அங்கே தங்கியிருந்தவர்களை அழைத்தான். அவர்கள் இரவில்தான் நாங்கள் நடப்போம்; பெண்கள் பிறர் முகத்தைப் பார்க்க மாட்டார்கள் அதனால் அரசனை நாங்களே சந்திக்க வருகிறோம் என்றனர், சந்தித்தனர். அவர்களின் பேச்சும் செயல்பாடும் உயர்குடிகளுக்குரியதாய் இருப்பதைக் கண்ட அரசன். அவர்கள் விரும்பியபடி ஸ்ரீவைகுண்டத்தில் கோட்டை கட்ட அனுமதி அளித்தான்.

அவர்களுக்கு எங்கே கோட்டை கட்டுவது; எவ்வளவு இடத்தை எடுப்பது என்பது பற்றிச் சந்தேகம் வந்தது. அப்போது கள்ளபிரான் கோவில் கோபுரத்திலிருந்து புறப்பட்ட பெரிய கருடன் கோவிலின் வடக்கே தாழ்ந்து பறந்தது. வட்டம் போட்டது. அவர்களில் முதியவர் இது நல்ல சகுனம், என்றார். மற்றவர்களும் ஆமோதித்துக் கூச்சலிட்டனர்.

அரசன் அவர்களுக்குக் கோட்டை கட்டிக் கொடுத்தான். இந்த நிகழ்ச்சி மலையாள வருஷம் 921 (கி.பி. 1745) சித்திரை மாதம் ஏழாம் நாள் வியாழக்கிழமை நடந்தது. அப்போது கட்டப்பட்டது தற்காலிகக் கோட்டைதான். இது நடந்து நாற்பது ஆண்டுகள் கழித்து உறுதியான கோட்டை கட்டப்பட்டது.

இந்தக் கதையை பெரியசாமி சுவாரஸ்யமாகச் சொன்னார்; அதோடு வேறு சில தகவல்களையும் சொன்னார். அவர் நல்ல தகவலாளி; ஆனால் சொல்ல வந்த விஷயத்தின் நுனியை விட்டு விட்டு எங்கேயோ போய் விடுவார்; மறுபடியும் புறப்பட்ட இடத்துக்கு வந்தும் கொஞ்சம் செய்தியைச் சொல்லுவார். அப்படியாக அவர் சொன்ன செய்திகளை எல்லாம் தொகுத்து வைத்திருந்தேன்.

கோட்டைப் பிள்ளைகள் பற்றி விரிவான ஆழமாக நடந்த ஆய்வுகள் குறைவு. எச்.ஆர். பேட் ஐ.சி.எஸ். 1916ல் வெளியிட்ட திருநெல்வேலி மாவட்ட வரலாற்றில் கொஞ்சம் செய்திகளைக் கூறுகிறார். பெரும்பாலும் இது மக்கள் தொகை கணக்கெடுப்பு அறிக்கை வழி தயாரிக்கப்பட்டது. முருக தனுஷ்கோடி மணிவிழா சிறப்பு மலரில் மனோகர சிங் என்பவர் ஒரு கட்டுரை எழுதியிருக்கிறார். 1981இல் மதுரையில் நடந்த உலகத் தமிழர் மாநாட்டில் கோட்டை

பிள்ளைமார் பற்றி கமல் கணேஷ் என்பவர் ஒரு கட்டுரை படித்திருக் கிறார். தாமிரபரணி வரலாறு என்ற பழைய நூலிலும் (1930 திருநெல்வேலி), ஸ்ரீவைகுண்டப்பதி என்ற நூலிலும் (1926 சென்னை) மிகக் குறைவான தகவல்கள் உள்ளன.

ஆறுமுகநயினார் என்பவர் எழுதிய நற்குடி வேளாளர் வரலாறும் பாண்டியர் வரலாற்று குடிமரபும் என்னும் கவிதை நூலில் 1035 பாடல்கள் உள்ளன. இதில் 200க்கு மேற்பட்ட பாண்டிய மன்னர் களின் பெயர்கள் உள்ளன. இந்நூல் 1920ல் வெளியானது. ஒருவகையில் கற்பனை கலந்த புனைவுடைய இந்நூலில் கோட்டை பிள்ளைகளைப் பற்றிய தகவல்கள் உள்ளன.

இந்நூலில் வரும் கொற்கை பாண்டியன் ஒருவன் கோட்டைப் பிள்ளைகளுக்கு ஆதரவாய் இருக்கிறான். கோட்டைப் பிள்ளைகளை நங்குடிப் பிள்ளையின் ஒரு பிரிவினர் என இக்கவிதை நூல் கூறும். மேலும் ஆரம்பகாலத்திலேயே நங்குடி வேளாளர்களின் ஒரு பிரிவினரான சிவகலைப் பிள்ளைகளுடன் இவர்கள் மணஉறவு கொண்டிருந்தனர் என்பதும் இந்நூல் தரும் செய்தி.

கோட்டைப் பிள்ளைகள் பற்றி உத்திரகுமாரி என்பவர் மதுரைப் பல்கலைக்கழகம் வழி எம்.பில் பட்டத்திற்காக ஒரு ஆய்வு நடத்தியிருக் கிறார். (1984 - 85)

ஸ்ரீவைகுண்டம் வட்டத்தில் நங்குடி வேளாளர் அதிகம் வாழ்கின்றனர். இவர்கள் முடிச்சான் ஏந்தல் என்ற ஊரிலிருந்து கொற்கை வந்தவர்கள் என்று சொல்லுகின்றனர். அப்படி வரும் வழியில் இவர்களுக்குள் மனவேறுபாடு வந்தது. சண்டையும் வந்தது. ஒரு பிரிவினர் கோட்டை கட்டி தங்களைத் தனிமைப்படுத்தி வாழ்ந்தனர். இவர்கள் கோட்டை வேளாளர் என்றும் மற்றவர்கள் நங்குடி வேளாளர் என்றும் அழைக்கப்பட்டனர்.

திருநெல்வேலியிலிருந்து திருச்செந்தூருக்கு செல்லும் வழியில் 30 கி.மீ. தொலைவில் ஸ்ரீவைகுண்டம் உள்ளது. இது 108 திவ்விய தேசங்களில் ஒன்று. இங்கே கள்ளபிரான் கோவில் கொண்டுள்ளார். நவ திருப்பதிகளில் முதலாவது தலம்; நவக்கிரகங்களில் சூரியனுக்குரிய ஊர் இது என்பது ஐதீகம். குமரகுருபரர் பிறந்த ஊர்.

இவ்வூரில் கோட்டை பிள்ளைகளின் கோட்டை கிழக்கு மேற்காக இருக்கிறது. இது 18ஆம் நூற்றாண்டில் பராக்கிரம பாண்டியனால் முதலில் கட்டப்பட்டு பின் புதுப்பிக்கப்பட்டது. இதைப் புதுப்பிப்பதற்கென்றே பாண்டியர்கள் மானியம் கொடுத்திருக் கிறார்கள். இக்கோட்டை 19ஆம் நூற்றாண்டில் முழுவடிவம்

அடைந்தது. 1985க்கு சற்று முன் கூட இதன் வடிவம் மாறவில்லை. எச்.ஆர். பேட்டின் கணக்குப்படி இக்கோட்டை 1839ல் கட்டப் பட்டிருக்க வேண்டும் - என்றும் இதன் பராமரிப்பை பழைய அரசு கொடுப்பது என்ற வழக்கம் 1843ல் கூட இருந்தது என்றும் தெரிகிறது.

இந்தக் கோட்டையின் உள்பகுதி 22 ஏக்கர் பரப்புடையது. கோட்டைச் சுவர் மூன்றரை மீட்டர் உயரம்; அகலம் ஒன்றரை மீட்டர். மண்கோட்டை; பதனீர் சுண்ணாம்பு கலந்த பூச்சு. மேற்கே ஒன்று கிழக்கே இரண்டு தெற்கே ஒன்று என நான்கு வாசல்கள். கோட்டை யினுள் இருந்த ஆண்களின் பொது அவசியத்திற்கு உரியது மேற்கு வாசல். இங்கே ஒரு நெற்களஞ்சியம் உண்டு.

கிழக்கில் உள்ள இரண்டு வாசல்களில் ஒன்று எப்போதும் அடைக்கப்பட்டிருக்கும். கோட்டைக்குள்ளே வாழ்ந்து இறந்த பெண்ணின் உடலை வெளியே கொண்டு செல்லும் போது மட்டும் இது திறக்கப்படும். மற்ற நேரங்களில் நிரந்தரமாய் அடைக்கப்பட்டிருக்கும். இங்குள்ள இன்னொரு வாசல் வழி கோட்டைக்குள்ளிருக்கும் ஆண்கள் நடந்து வெளியே வரப் பயன்பட்டது.

தெற்கு கோட்டை வாசல்வழி வாகனங்கள் செல்லும். இதுவும் பெரும்பாலும் அடைத்தே இருக்கும். கிழக்கு கோட்டை வாசல் பொதுவானது, இங்கு காவல் உண்டு. இந்த வாசல் நல்ல செயல்பாட்டில் இருந்தது.

50களில் கூட கோட்டையைச் சுற்றி வந்து காவல் காத்தவர்கள் இருந்தார்கள். நடு இரவில் மண்ணெண்ணெய் அரிக்கன் லாம்ப் உடன் தடி ஏந்திய காவல்காரர்கள் உஷார் உஷார் என்று சப்தமிட்டுக் கொண்டு கோட்டையைச் சுற்றிவந்த நிகழ்ச்சியை அறிந்தவர்களை 2000ல் கூட சந்தித்தேன்.

ஒருமுறை ஸ்ரீவைகுண்டம் குமரகுருபரர் நிலையத்துக்குச் சென்றபோது (1979 மார்ச் மாதம் 11 ஆம் தேதி) கோட்டையினுள் இருந்த பெண்ணின் திருமணம் நடந்தது. மணப்பெண், கோட்டை கே.எஸ். சண்முக சுந்தரம் அவர்களின் மகள். மாப்பிள்ளை வாலை சண்முகம். இத்திருமணம் கோட்டைக்குள்ளே நடந்தது. ஆனால் வரவேற்பு மேலக்கோட்டை வாசல் தெருவில் நெற்களஞ்சியத்தின் முன் அமைக்கப்பட்ட பந்தலில் நடந்தது.

எச்.ஆர். பேட்டின் குறிப்பின்படி (1913) கோட்டையினுள் வருவாய் அதிகாரிகளோ காவலரோ பொது சுகாதாரப் பணியாளர்களோ

சென்றதில்லை. அதற்குரிய சூழ்நிலை அப்போது இல்லை. கோட்டைக் குள்ளே நடத்திப் பெற வேண்டிய செய்திகளை கோட்டைப் பிள்ளை களின் தலைவரே கொடுத்துவிடுவார்.

கோட்டைப் பிள்ளைகள் எல்லோரும் வசதியுடையவர்கள். ஸ்ரீவைகுண்டத்தில் அவர்களுக்கு நிலங்களும் தோட்டங்களும் இருந்தன.

கோட்டைக்குள் ஆண்களும் பெண்களும் 400 பேர்கள் இருக்கிறார்கள். இவர்களில் விதவைப் பெண்கள் 17 பேர்கள். மறுமணம் கிடையாது. 1911 மக்கள் கணக்கெடுப்பு அறிக்கை.

இவர்களிடம் இளவயதுத் திருமணம் நடைமுறையில் இருந்தது. 1911 மக்கள் கணக்கெடுப்பின்படி உள்ள அறிக்கை, இவர்கள் ராமநாதபுரத்திலிருந்து குடிபெயர்ந்தவர்கள். இதை பேட் மேற்கோள் காட்டுகிறார்.

பேட்டின் குறிப்பின்படி - கோட்டையினுள் இருக்கும் பெண் களை அந்நியர் பார்க்கக்கூடாது. கோட்டையில் ஒரு பெண் இறந்தால் கோட்டைக்குள்ளேயே இறுதிச்சடங்குகளை நடத்தி முடிப்பர். இறந்த பெண்ணின் பிணத்தைக் கோணிப்பையில் போட்டு, பிணம் தெரியாதபடி கட்டி பாடையில் வைத்து சுமந்து வடக்கு வாசல்வழி வெளியே - கொண்டு வந்து அவர்களுக்கே உரிய சுடுகாட்டில் எரிப்பார்கள். சுடுகாட்டில் சடங்குகள் கிடையா. நாவிதர்கள் கூட அந்தப் பிணத்தைப் பார்க்க முடியாது என்கிறார் பேட்.

1979-இல் ஸ்ரீவைகுண்டம் ஊரில் கதைப்பாடல் ஒன்றைத் தேடிச்சென்ற போது 300 பேர்கள் கோட்டைக்குள் இருப்பதாகச் சொன்னார்கள். அது 1971 மக்கள் கணக்கெடுப்பு தகவலாக இருக்கலாம். உத்திரகுமாரி என்பவர் 1985ல் நடத்திய களஆய்வில் கோட்டைக்குள் 34 பேர்களே - இருந்ததாகக் குறிப்பிடுகிறார். இவருடைய சேகரிப்பு தகவலின்படி கோட்டைக்குள் இருந்த வீடுகள் 1985க்கு முன்பே பாழடைய ஆரம்பித்துவிட்டன.

கோட்டைக்குள் யாரும் செல்ல முடியாது. மரபுவழியே அறிந்த செய்தி; காவலை விட மரபை ஊர் மக்கள் அறிந்திருந்தனர். ஆண்கள் வெளியே வருவர்; விவசாயம் படிப்பு என எல்லா காரியங்களுக்காகவும் வெளியே வந்தனர். இவர்களிடம் ஆண் பெண் என்ற இடைவெளி அதிகம். பொதுவாக சைவ வேளாளர்கள் பெண்களுக்கு உரிமை இல்லை என்னும் பொதுவிதி இவர்களுக்கும் பொருந்தும்.

கோட்டை பிள்ளைகளிடம் - பெண் எண்ணிக்கை அதிகம். சிலர் இரண்டு மனைவிகளை வைத்திருந்தனர். அறுபதுகளில் இது நடைமுறையிலிருந்தது. இவர்கள் முழுநேர விவசாயிகள். ஒவ்வொரு

வீட்டிலும் குதிர் உண்டு. விவசாயக் கருவிகள் உண்டு. 80-க்குப் பின் நிலை மாறியிருக்கிறது.

கோட்டைக்கு வெளியே உள்ள விநாயகர் கோவிலின் கல்வெட்டு ஒன்று இவர்களின் சொத்து தொடர்பான செய்திகளைச் சொல்கிறது என்று கேட்டேன். இந்தக் கல்வெட்டு வெளியானதா என்று தெரியவில்லை. கோட்டைப் பிள்ளைகளில் திருமணம் ஆகாத ஆண், குழந்தையில்லாத விதவை ஆகியோரின் சொத்துகள் கோட்டை மக்களின் பொதுச்சொத்தாகக் கருதப்படும்.

கோட்டைப் பிள்ளைகள் பாண்டிய மன்னர்களின் ஆலோசனை யாளர்களாக முடிசூட்டும் நிகழ்வில் பங்குகொண்டவர்களாக இருந்த காலம் ஒன்று இருந்தது. அக்காலத்தில் இவர்களுக்கு நெல்லையப்பர் கோவிலில் சில உரிமைகள் இருந்தன. இக்கோவிலில் உத்திர நட்சத்திரத்தில் சிறப்பு நிகழ்ச்சி நடத்த இவர்களுக்கு மான்யம் உண்டு.

அனந்தவர்ம பாண்டியன் என்ற அரசனுக்கு மரியாதை செய்வதாக இது அமைந்தது. இவர்கள் 19ஆம் நூற்றாண்டின் ஆரம்பத்தில் திரு நெல்லையப்பர் கோவிலில் ரூ 4ம், 18 பொற்காசுகளும் பெற்றிருக் கின்றனர்.

கோட்டைக்குள் இருப்பவர்களின் உள் வேலைகளையும் வெளி வேலைகளையும் கவனிப்பதற்காக மரபுவழியாக ஆட்கள் இருந்தார்கள். அவர்களில் முக்கியமானவர்கள் கொத்துப்பிள்ளைகள். பொதுவாக குறிப்பிட்ட சில சாதியினருக்கு இன்னொரு சாதியினர் அடிமையாகப் பணிபுரிவது என்ற வழக்கம் இந்திய மரபில் இருந்திருக்கிறது.

ஒரே சாதியில் சில கிளையினர் விலக்கப்பட்டவராகக் கருதப் படுவர், இப்படி விலக்கப்பட்டவர்கள் 'புழுக்க' என்ற அடைமொழி யுடன் அழைக்கப்படுவர். இவர்கள் ஒருவகையில் அடிமைகளே. தங்களுடன் தொடர்புள்ள சாதியினருடன் மணஉறவு வைக்கமுடியாது. ஆனால் பிற தொடர்பை நிலை நாட்டலாம்; உறவு என்று சொல்லிக் கொள்ளலாம்.

கோட்டைப் பிள்ளைமார்களுக்கு குற்றேவல் புரிந்த கொத்துப் பிள்ளைகள் வேளாளரின் ஒரு பிரிவினர்தாம். இவர்களில் ஆண்கள் கொத்தனார் என்றும் பெண்கள் கொத்தச்சி என்றும் அழைக்கப் பட்டனர்.

இவர்கள் இந்தக் கோட்டையில் நுழையும் உரிமை உடையவர்கள். கோட்டைப் பிள்ளைமார்களின் வாழ்க்கை வட்டச் சடங்குகளில் நல்லது, துக்க நிகழ்ச்சிகளில் பங்கு கொண்டு பணிபுரிந்தனர். இவர்கள்

கோட்டைக்கு வெளியே - மேற்குப் பகுதியில் உள்ள இடத்தில் வாழ்ந்தனர். இந்த இடம் 70களில் கூட சுந்தரராஜ நகர் எனப்பட்டது. இவர்களுக்குக் கூலியாக நெல்லும் பிற பொருட்களும் கொடுக்கப் பட்டன.

ஸ்ரீவைகுண்டத்தில் வாழ்ந்த ஆசாரிக் குடும்பங்களில் சிலர் - கோட்டைக்குள் பணி செய்தனர். இவர்கள் கோட்டைக் கதவு பராமரிப்பு, வீட்டு மராமத்துப்பணி, திருமணத்தன்று கோட்டை கால் நாட்டுதல் ஆகியவற்றைச் செய்தனர். இவர்களைப் போல கட்டுமானத் தொழிலாளர்கள் சிலர் கோட்டை பராமரிப்பையும், கோட்டையினுள் வீட்டுப் பராமரிப்பையும் நிரந்தரமாகச் செய்தனர்.

கோட்டைப்பிள்ளைகளின் வயல்களையும் தோட்டங்களையும் கவனித்த ஆண், பெண் எனச் சிலரும் கோட்டைக்குள் செல்லலாம். இவர்கள் மரபுவழி தொழிலாளர்கள், கோட்டை மக்களுடன் பல காலம் தொழில் ரீதியாய் தொடர்பு வைத்திருந்தவர்கள். குறிப்பிட்ட வண்ணார், நாவிதர் குடும்பத்தினரும் கோட்டைக்குள் சென்றனர். இவர்கள் எல்லோருமே நெல், தேங்காய் என விளைபொருட்களைக் கூலியாகப் பெற்றனர்.

கோட்டைக்குள்ளே இருந்த அழகர் கோவிலில் பூசை செய்த ஒரு பிராமணரும் கோட்டைக்கு வெளியே உள்ள கரிய பெருமாள் கோவிலில் பூசை செய்த பிராமணர் ஒருவரும் கோட்டைக்குள் செல்ல உரிமை உண்டு. இவர்களே கோட்டைப் பிள்ளைகளின் திருமணத்தை நடத்தினர். இவர்களில் கடைசியாகப் புரோகிதம் செய்தவரின் மனைவியின் தங்கை சரஸ்வதியை (வயது 75) 2020ல் சந்தித்து உரையாடியபோது அறுபதுகளில் இறுதியில் கோட்டைக்குள் தன் அத்தானுடன் சென்ற அனுபவத்தைப் பகிர்ந்து கொண்டார்.

கோட்டைப் பிள்ளைமார்களை சைவப்பிள்ளைகளின் உட்பிரிவினர் என்று கூறப்பட்டாலும் இவர்கள் முழுக்கவும் சிவவழிபாடு சார்ந்தவர் அல்லர். இவர்கள் சிவன், விஷ்ணு என இருதெய்வங்களையும் வழிபட்டனர். கோட்டைக்குள் இருந்த அழகர் கோவில், கோட்டையின் வெளியே உள்ள கரியமாணிக்க பெருமாள் கோவில், கோட்டையை அடுத்த சாகைப் பகுதியில் உள்ள விநாயகர் கோவில் ஆகியவை கோட்டை மக்களுடன் தொடர்புடையவை.

இவர்களிடம் நாட்டார் தெய்வ வழிபாடும் உண்டு. திருமணம் ஆகும் முன் அகால மரணமடைந்த கன்னிக்கு வழிபாடு நடத்துவது என்ற நடைமுறை பிற சமூகங்களிடம் இருப்பது போலவே கோட்டைப் பிள்ளைகளிடமும் இருந்தது.

கோட்டைக்கு வெளியே உள்ள சாகை என்ற இடத்தில் கோட்டைப் பிள்ளைகளின் குருவின் சமாதி உள்ளது. இதைச் சாவடி என்கின்றனர். ஒருகாலத்தில் பயணிகள் தங்குமிடம் இங்கே இருந்திருக்கலாம். இந்தச் சமாதிக்கு சுவாதி நட்சத்திரத்தில் வழிபாடு நடக்கிறது. இந்த வழிபாடுகள் தவிர நல்லாப்பிள்ளை பெத்த அம்மன் என்னும் பெண் தெய்வம் கோட்டை மேல்புற வாசலில் உள்ளது. பத்திரகாளி, உலகம்மன் என்னும் தெய்வங்களின் கோவில்களும் கோட்டைக்கு வெளியே உள்ளன.

கோட்டைக்குள் இருப்பவருக்கு ஒரு தலைவர் உண்டு. முந்திய காலங்களில் தலைவரின் தேர்வு தேர்தல்வழி நடந்தது. 1970க்குப் பின் இந்த முறை நின்றது. பின்னர் வயதில் - மூத்தவர் தலைவராக அங்கீகரிக்கப்பட்டார். நிர்வாக வேலைகளைக் கவனிப்பதற்கு தனியான பொதுக்கட்டிடம் உண்டு. தலைவராயிருப்பவர் கோட்டை மதிலைப் பராமரிப்பது, கோட்டைக் காவலர்களுக்குச் சம்பளம் கொடுப்பது, வேலை எடுப்பிப்பது, கோட்டையினருக்குச் சொந்தமாக உள்ள கோவில்களை மேற்பார்வை செய்வது போன்ற வேலைகளைக் கவனித்தனர்.

கோட்டைப் பிள்ளைகளின் வாழ்க்கை வட்டச் சடங்குகள் பெரும்பாலும் பிற சைவ வேளாளர்களின் சடங்குகளைப் போலவே நடந்துள்ளது. பெண் கோட்டைக்கு வெளியே வருவதில்லை. அதனால், மகப்பேறு கோட்டையிலே நடந்தது. திருமணத்திற்குப் பின் மாப்பிள்ளை பெண் வீட்டிலேயே தங்குவது என்ற ஒரு வழக்கம் இருந்தது. இது 70களில் மாற ஆரம்பித்தது.

சீமந்தச் சடங்குகளில் அத்திக்காய், ஆலங்காய் பிழிதல் என்ற ஒரு சடங்கு உண்டு. இது வித்தியாசமானது. அத்திக்காய் ஆலங்காய் இரண்டையும் கன்னிப்பெண்கள் கல்லால் நசுக்குவர். அப்போது ஆண்பிள்ளை ஆண் பிள்ளை எனச் சப்தமிடுவர். பின் நசுக்கிய காய்களை மாப்பிள்ளையின் கையில் கொடுப்பர். அவர் கர்ப்பிணி மனைவியின் - கழுத்து மார்பு என்று உறுப்புகளில் பிழிந்து விடுவர்.

பெற்ற குழந்தைக்குக் கருப்புக்கட்டி, விளக்கெண்ணெய் இரண்டையும் கலந்து (சேனை) நாக்கில் தடவுவது வழக்கம். குழந்தையைப் பார்க்க வருகின்றவர்கள் சிறிய ஓலைப் பெட்டியில் நெல்லை நிறைத்துக் கொண்டு வருவர். இவர்களிடம் உருமாக்கட்டு என்ற சடங்கு உண்டு; ஆனால் மாப்பிள்ளையின் அம்மா மட்டும் கட்டுவார்.

என் நண்பன் ஈஸ்வரனின் மனைவி சரஸ்வதி ஸ்ரீவைகுண்டம் ஊரைச் சார்ந்தவர், கோட்டைப் பிள்ளைகளுக்குப் புரோகிதம் செய்த

கடைசித் தலைமுறையினர் என்பவரின் மைத்துனி. சரஸ்வதி பி.எஸ்.ஸி வேதியியல் படித்தவர். அஞ்சல் அலுவலக தலைமை அதிகாரியாக இருந்து ஓய்வு பெற்றவர். அவர் 60களின் இறுதியில் கோட்டைப் பிள்ளைமார்களின் பெண்களுக்குப் பாடம் நடத்தியவர். இவரது அக்காவுடன் சென்றிருக்கிறார். அக்கா பள்ளி ஆசிரியை.

கோட்டையிலிருந்த பெண்கள் முறைப்படி பள்ளியில் படிக்க வில்லையே தவிர தமிழ், ஆங்கிலம், கணக்கு என தேவையான அளவுக்கு அறிந்திருக்கின்றனர். சரஸ்வதி பழைய நினைவுகளைக் கிளறும் போது "கோட்டைப் பிள்ளைகளின் பெண்கள் பெருந்தன்மையான வர்கள் அன்பானவர்கள். தயாள குணமுடையவர்கள்" என்றார்.

கோட்டையின் வீழ்ச்சி ஒரு கொலையின் காரணமாக ஆரம்ப மானது. 1972-73ல் இந்த நிகழ்ச்சி நடந்திருக்கலாம். கோட்டை பிள்ளைகளில் சண்முகசுந்தர ராஜா என்பவர் அப்போது ஒரு அரசியல் கட்சியில் முக்கியப் பிரமுகராக செல்வாக்குடையவராக விளங்கினார். அவர் பிரபலமாயிருந்தது கட்சி வட்டாரங்களில் சிலருக்கு அதிருப்தி யாக இருந்தது.

ஒரு நாள் கோட்டைக்கு வெளியே ஜாகை பகுதியில் விநாயகர் கோவிலில் தனியே அமர்ந்து இருந்தபோது அடையாளம் தெரியாத சிலரால் கொலை செய்யப்பட்டார். அது காலை நேரம். செய்தி பரவியது. சுந்தர ராஜாவின் பங்காளிகளே இதற்குக் காரணம் என்று - சந்தேகித்த போலீஸ் கோட்டைக்குள் புகுந்தனர். ஒன்று ரெண்டு பேரை கைது செய்தனர். இந்த நேரத்தில் ஊர் மக்களில் பலர் வேடிக்கை பார்க்க கோட்டைக்குள் நுழைந்து விட்டனர்.

முன்னூறு ஆண்டுகளாகக் கட்டிக்காக்கப்பட்ட மரபும் மரியாதையும் உடைந்தது. கைது செய்யப்பட்டவர்கள் விடுதலை செய்யப்பட்டபின்பு யாரும் கோட்டைக்குள் இருக்க விரும்பவில்லை. படிப்படியாக எல்லோரும் வெளியேறினர்.

1985க்குப்பின் கோட்டைக்குள்ளிருந்தவர் எல்லோரும் வெளியேறி விட்டனர். திருநெல்வேலி மாவட்டத்தில் பல்வேறு இடங்களில் குடியேறினர். அவர்களின் அடையாளம் வேளாளர்களின் சாதியுடன் மட்டுமே இணைந்தது. கோட்டை அரசு பேருந்து டிப்போவாக, பிஎஸ்என்எல் அலுவலகமாக இன்னும் பலவாக மாறிவிட்டது.

உங்கள் நூலகம்: பெப்ரவரி, 2011

15. நதியின் பிழையன்று

கோமணம் மட்டுமே கட்டியிருந்த அந்தக் கறுத்தச் சிறுவன் உமிழ்நீரை பழையாற்றிலே வேகமாய் உமிழ்ந்ததைப் பார்த்த பார்வதி "மோனே ஆறு அம்மாவாக்கும்; அம்மாவுக்கு மேல நீ துப்புவியா?" என்று கேட்டாள். அவனை இழுத்து அணைத்துக் கொண்டாள். பார்வதிக்கு வயது நூறை எட்டிவிட்டது என்று சொன்னார்கள்.

எண்பதுக்களின் ஆரம்பத்தில் என் பிஎச்.டி ஆய்வுக்கு கதைப் பாடல்கள் தேடி அலைந்த காலத்தில் கன்னியாகுமரி மாவட்டம் தோட்ட மலைக்குப் போயிருந்தேன். காட்டையும், விலங்குகளையும் அழிக்கக் கூடாது ஆற்றைப் பாதுகாக்க வேண்டும் என்ற பின்னணியில் மலைவாழ் மக்களான காணிக்காரர்கள் நடத்திய கூத்தைப் பார்க்கப் போன சமயத்தில்தான் அந்த மூதாட்டியைச் சந்தித்தேன்.

அவள் அம்மா

தோட்டமலை சப்போங்குப் பாறையில் அந்த மூதாட்டியின் குடிசை இருந்தது. பேச்சுப்பாறை அணை வேலை நடக்கும் போது (1907) புதுமணப் பெண்ணாய் அங்கு வந்தாளாம். அவள் கணவன் அங்கு வேலை செய்தாராம். பார்வதிக்கு பழையாற்றின் ஆரம்பப் பகுதிகள் அத்துபடி, அவள் மேற்கு தொடர்ச்சி மலையில் குட்டி குட்டியாய் ஓடிய சிற்றோடைகளை எல்லாம் அறிந்திருந்தாள்.

அந்தப் பகுதியில் ஓடைகளுக்கும் ஆறுகளுக்கும் பெயருண்டு. அந்தப் பெயருக்குப் பின்னால் ஒரு கதையுமுண்டு... மூதாட்டி இதை எல்லாம் சொல்லிவிட்டு "...... மோனே அதெல்லாம் உயிருள்ள ஜீவன்ல்லா; அதாக்கும் அவளுக்கு பேரவச்சு கூப்புடுதோம்; எல்லா ஆறுகளும் நம்மள பெத்தவளாக்கும்" என்றாள். அவள் ஆறுகளைப் பெண்பாலாகவே குறிப்பிட்டுப் பேசினாள்.

பழையாற்றைப் பற்றி அவள் சொன்ன பல கதைகளைக் காற்றிலே விட்டுவிட்டேன். எவ்வளவு நஷ்டம். எல்லா கதைகளும் ஆற்றிற்கும் மனுஷனுக்கும் உள்ள தூய உறவில்தான் முடிந்தன. அந்தக் கதைகள் பழையாற்றைப் பற்றிய தலபுராணம் போன்ற தொன்மங்கள்தாம்.

ஆறுகளை இதுவரை காப்பாற்றியதற்குத் தொன்மங்களுக்கும் பங்குண்டு. மூதாட்டி பழையாற்றின் குறுக்கே கட்டப்பட்ட

பாண்டியன் அணையில் பங்குனி மாதம் நடந்துபோனதைச் சொன்னாள். ஆயிரம் ஆண்டுகளுக்கு முன்பு ஒரு பாண்டியன் கட்டிய அணை அது, ஒருவகையில் நாஞ்சில் நாட்டாரின் எல்லை அந்த அணை. பழையாறு அதிலிருந்துதான் தொடங்குகிறது என்று சொல்லலாம்.

மூன்று ஆறுகள்

தமிழகத்தில் பெருமளவில் மழைபெய்யும் இடங்களில் கன்னியாகுமரி மாவட்டமும் அடங்கும். வடகிழக்கு, தென்மேற்கு பருவக் காற்றால் மழையைப் பெறும் இந்த மாவட்டத்தில் சராசரியாக 1469 செ.மீ. மழை கிடைக்கிறது.

மிகப்பெரிதான மகேந்திர கிரி மலை (1654 மீட்டர் உயரம்) காத்தாடி மலை, தாடகை மலை, மருத்துவாமலை, கல்மலை, வேளிமலை என்னும் மலைகள் ஒரு கொடை. இந்த மாவட்டத்தின் மொத்தப் பரப்பில் (1684 ச.கி.மீ) மூன்றில் ஒரு பகுதி மலைக்காடு களும் சமூகக் காடுகளும் நிறைந்துள்ளன.

இந்த மலைகளில் சிறுசிறு ஓடைகளும் சிறு ஆறுகளும் பெரிய ஆறுகளும் உற்பத்தியாகின்றன. இந்த மாவட்டத்தில் தாமிரபரணியாறு பழையாறு, வள்ளியாறு என மூன்று ஆறுகளும் முக்கியமானவை. குமரியின் தாமிரபரணி திருநெல்வேலி மாவட்ட தாமிரபரணி யிலிருந்து வேறுபட்டது. இங்கு பொருனை என்னும் பெயர் வழக்கில் இல்லை.

பறளியாறு, முல்லையாறு, கோதையாறு என்னும் ஆறுகள் இணைந்தது குமரித்தாமிரபரணி. கோதையாறு கல்குளம், விளவங்கோடு வட்டங்களில் ஓடி பரளியாற்றுடன் இணைகிறது. பரளியும் கோதை யாறும் குழித்துறை ஊரில் வரும் போது அந்த ஊரின் பெயரைப் பெறுகிறது.

மூன்று மலைப்பகுதிகளில் உற்பத்தியாகும் முல்லையாறு விளவங்கோடு வட்டத்தில் ஓடி திக்குறிச்சியில் தாமிரபரணியுடன் இணைகிறது. எல்லா ஆறுகளும் நன்றாகக் கூடி தாமிரபரணி என்னும் பெயருடன் தேங்காய் பட்டிணத்தில் கடலில் கழிமுகத்தில் கலக்கிறது. வள்ளியாறு வேளி மலையில் உற்பத்தியாகி 16 கி.மீ. ஓடி கடியப் பட்டிணம் கடலில் கலக்கிறது.

பழையாறு

நாஞ்சில் நாட்டின் செழிப்பிற்குக் காரணமான ஆறு, மகேந்திரகிரி மலையில் உற்பத்தி ஆகிறது, இது அனந்தபுரத்து ஆறு, குன்னி முத்து

ஆறு, சோலையாறு, கரும்பறை தோட்ட ஆறு, அலத்துறை ஆறு என்னும் நான்கு ஆறுகள் இணைந்து வருவது. தோவாளை அகஸ்தீஸ்வரம் வட்டங்களில் 37 கி.மீ ஓடி மணக்குடி கடல் கழிமுகத்தில் கலக்கிறது. இந்தியாவில் தென்கோடியில் ஓடும் ஆறு இதுதான்.

சிலப்பதிகாரத்தில் சொல்லப்படும் பகுறுளியாறு (பறளியாறு) தான் பழையாறு என்று கூறுகின்றனர். பறளியாற்றின் குறுக்கே பாண்டியன் ஒருவன் அணை கட்டிய பின்பு அது கோதையாற்றில் கலந்துவிட்டது. நாஞ்சில் நாட்டு அகஸ்தீஸ்வரம் ஊரில் உள்ள ஒரு பாறைக் கல்வெட்டு, "கோட்டாறு" என்று பழையாற்றைக் குறிப்பிடு கிறது, பழைய ஓலை ஆவணங்களிலோ வேறு கல்வெட்டுகளிலோ இந்தப் பெயர் இல்லை.

தலபுராணம்

ஆற்றின் பின்னணியில் ஒரு தலபுராணக்கதை இருப்பது மரபு பழையாற்றுக்கும் உண்டு. இந்த ஆற்றின் கரையில் உள்ள சுசீந்திரம் கோவில் சமஸ்கிருத தலபுராணத்தில் (18ஆம் நூற்) பழையாற்றின் கதை வருகிறது. கவுதமர் கொடுத்த சாபம் தீர்க்க சுசீந்திரம் தாணு மாலயனைப் பூஜிக்க வந்தான் இந்திரன். நீராட வேண்டும். தன் ஐராவதம் யானையைப் பார்த்தான். அது தந்தத்தைப் பூமியில் ஊன்றிக் கீறியது. ஆறு உருவானது. கோடு வைத்துக் கீறிய ஆறு கோட்டாறு ஆனது. முத்தமிழ்க் கவிராயர் என்பவர் எழுதிய சுசீந்திரம் தல புராணத்தில் கோட்டாற்றுக் கதையைக் கூறும் போது இந்த ஆற்றைத் "தந்த நதி" என்கிறார். ஆனால் பேச்சு வழக்கிலோ ஆவணங்களிலோ இப்பெயர் இல்லை.

வரலாறு

பழையாறு என்ற பெயர் 14ஆம் நூற்றாண்டு ஓலை ஆவணங் களிலும் கல்வெட்டுகளிலும் வருகிறது. பழையாறு பாயும் பகுதி எப்போதும் நாஞ்சில்நாடு என்றே அழைக்கப்பட்டிருக்கிறது.

அணைக்கட்டுகள்

பழையாற்றின் குறுக்கே சிறிய கல்லணைகட்டி நீரை நாஞ்சில் நாட்டுக் குளங்களுக்கும் சிறுவாய்க்காலுக்கும் திருப்பிவிட்ட செயல்பாடுகள் 16ஆம் நூற்றாண்டிலேயே ஆரம்பித்து விட்டன. பாண்டியன் அணைக்கும் மணக்குடி கழிமுகத்துக்கும் இடையில் 13 சிறு தடுப்பு அணைக்கட்டுகள் உள்ளன. இவை 16ஆம் நூற்- 19 நூற் இடைப்பட்ட காலத்தில் கட்டப்பட்டவை.

இந்த அணைகளுக்கும் வட்டார ரீதியான வாய்மொழிக் கதைகள் உள்ளன. கட்டியவரின் மேல் உள்ள கரிசனம் இன்றும் தொடருகிறது. வீரப்புலி அணை, சோழன் திட்டை அணை இரண்டும் சோழருடன் தொடர்புடையவை. பூதலவீர ராமவர்மா என்ற வேணாட்டு அரசனின் மனைவி சோழவம்சத்தினள். அவளது நினைவாகக் கட்டப்பட்டது வீரப்புலி அணை. சோழ மரபில் பிறந்த படைத்தலைவன் ஒருவன் வேணாட்டு அரசரின் கீழ் பணிபுரிந்தான். அவன் நினைவாகக் கட்டப்பட்டது சோழன் திட்டை அணை.

பஞ்சத்தில் கல் முழுங்கி அணை, மழையில்லாத போதும் அணை மூழ்கும் அளவுக்கு நீர்வரத்து இருப்பதால் பெயர் பெற்றது. பழையாற்றில் நிறைமாத கர்ப்பிணி குளித்துக்கொண்டிருந்தாள்; அப்போது தண்ணீரிலேயே ஆண் குழந்தை பிறந்தது. கூடவே குளித்த பெண்கள் அவளுக்கு உதவினர். அவள் குளித்த இடத்தில் உள்ள அணையை பிள்ளைப் பெத்தான் அணை என்றனர்.

இந்த அணைக்கட்டுகளில் சில கருங்கற்களால் கட்டப்பட்டவை. கற்கள் ஒன்றுடன் ஒன்று இணைப்பதற்கு பூட்டு அமைப்பு (Lock System) உள்ளது. இணைக்கும் இடத்தில் உலோகக்கலவையை காய்ச்சி ஊற்றியிருக்கின்றனர். கொடும் வெயிலில் உலோகம் உருகும்போது செப்பனிட கொல்லர் ஒருவர் அணையின் அருகிலேயே குடியிருந்திருக் கிறார்.

தலங்களும் கோவில்களும்

காவிரிக்கரையில் எழுபது கோவில்கள் இருந்தன என்பது ஆழ்வார் வாக்கு. வைகை, பொருனை ஆற்றின் கரைகளிலும் கோவில்கள் உள்ளன. பழையாற்றின் கரையில் 40-க்கு மேற்பட்ட சிறிய பெரிய கோவில்கள் உள்ளன. பழையாறு பாண்டியன் அணையைத் தாண்டி பழையாற்றில் நுழையும் போது வீரவநல்லூர் ஞானம் என இரு கிராமங்களிலும் விநாயகர், சிவன் கோவில்கள் உள்ளன.

தெரிசனங்கோப்பு ஊரில் இருப்பது இராகவேஸ்வரர் கோவில். இராமன் தாடகையைக் கொன்றபின் பாவம் தீர பூஜித்த இடம் இது என்பது இங்குள்ள தலபுராணம். முதல் ராஜராஜனின் கி.பி. 993 ஆம் ஆண்டு கல்வெட்டு இக்கோவிலில் உள்ளது. “காந்தளூர் சாலை கலமறுத்தருளி ----” என்னும் ராஜராஜனின் புகழ்பெற்ற கல்வெட்டு தொடர் தமிழகத்தில் முதல்முதல் இக்கோவிலில்தான் பொறிக்கப் பட்டது.

இந்த ஊரை அடுத்திருக்கும் பூதப்பாண்டி சங்ககால அரசனுடன் தொடர்புடையது (புறநானூறு 246). பொதுவுடைமையாளர் ஜீவானந்தம்

பிறந்த ஊர். இவ்வூரில் உள்ள பூதலிங்கசுவாமி கோவிலின் கருவறை சிறிய பாறையில் கொத்தப்பட்ட குடைவரைக் கோவில் ஆகும். தாய்ப்பாறையில் கொத்தப்பட்ட சிவன் இங்கே இருக்கிறார்.

தாழக்குடி சயந்தீஸ்வரர் கோவில், வீரநாராயண மங்கலம் என்னும் இடங்களைத் தாண்டி நாகர்கோவில் வடசேரிக்கு வருகிறது பழையாறு. இங்கு முதல் குலோத்துங்கச் சோழன் கட்டிய சோழராஜா கோவில் உள்ளது. நாஞ்சில் நாட்டில் சோழர்களின் நிலைப்படை ஆட்சி நடந்தபோது (கி.பி. 11 நூற்) கட்டப்பட்டது. நாகர்கோவிலின் கிழக்கே செல்லும் இந்த ஆற்றின் கரையில் தழுவிய மகாதேவர் கோவில், நாகராஜாகோவில், பொலிந்து நின்றருளிய பெருமாள் கோவில், அழகம்மன் கோவில், கரியமாணிக்கத்தாழ்வார் கோவில், என்னும் கல் கட்டுமானக் கோவில்கள் உள்ளன.

பழையாற்றின் அகலம் அதிகமான பகுதியில் சுசீந்திரம் ஊர் உள்ளது. இங்கே உள்ள - தாணுமாலயன் கோவில் கி.பி. 8ஆம் நூற்றாண்டினது. அற்புதமான சிற்பங்கள், எழுநிலை கோபுரம், உயரமான அனுமான், 170 கல்வெட்டுகள் என்னும் சிறப்புகளை உடையது.

சாலை மடம்

பழையாற்றின் கரையில் 17, 18ஆம் நூற்றாண்டுகளில் வழிப் பயணிகளுக்காகக் கட்டப்பட்ட 16க்கும் மேற்பட்ட சாலை மடங்கள் உள்ளன. இவற்றில் நிபந்தக்கல்வெட்டுகள் உண்டு. ஆற்றில் நீராடி விட்டு வரும் பயணிகள் தாங்கள் கொண்டுவந்த கட்டுச் சாதத்தைச் சாப்பிட மோர், ஊறுகாய், சுடுநீர் கொடுக்க வேண்டும் என்னும் நிபந்தச் செய்திகள் கல்வெட்டுகளில் உள்ளன.

படைப்பாளிகள்

பழையாற்றின் கரையில் உள்ள ஊர்களில் தமிழ்ப் புலவர்களும் படைப்பாளிகளும் பிறந்திருக்கின்றனர். 14ஆம் நூற்றாண்டு கல்வெட்டு வழி அறிந்த புலவர் கோட்டாற்று இளம் பெருமானார். இதே ஊரில் கணபதி ஆச்சாரியர், பழனிக்குமார பண்டாரம் எனச் சிலர் வாழ்ந்தனர். இவர்கள் 18ஆம் நூற்றாண்டினர். ஞானியார் சாகிப் என்ற சூபி ஞானி கோட்டாற்றில் இருந்தார். இசுலாமியரின் முதல் தமிழ்க் காவியமான மிஃராஜ் மாலை இந்த ஆற்றின் கரையில் உள்ள இளங்கடையில் அரங்கேறியது. சதாவதானி செய்குத்தம்பிப் பாவலரின் ஊரும் இதுதான்.

டென்னிஸ் கிருஷ்ணன் பிறந்த பூதப்பாண்டி எழுத்தாளர் கிருத்திகாவின் புகுந்த ஊர். சுந்தர ராமசாமியும் தினமலர்

ராமசுப்பையரும் பழையாற்றின் கரையில் உள்ள வடசேரியில் பிறந்தவர்கள். கலைவாணர் என்.எஸ். கிருஷ்ணன் ஆற்றை ஒட்டி இருக்கும் ஒழுகின சேரியில் பிறந்தார்.

நான் குளித்த பழையாறு

கன்னியாகுமரி மாவட்டம் தமிழகத்துடன் இணைவதற்கு ஆறோ ஏழோ மாதங்களுக்கு முன்பு அம்மாவுடன் அருமநல்லூர் பழையாற்றில் குளித்த அனுபவத்தை இன்னும் அசை போட முடிகிறது. ஏழு எட்டு வயது வரை ஆணும் பெண்ணுமான குழந்தைகள் அம்மணமாகத்தான் குளிப்பார்கள். ஆற்றங்கரை ஊர் குழந்தைகள் நீச்சல் தெரிந்தவர்கள்.

அன்று ஆற்றங்கரையிலும், தோட்ட வேலிகளிலும் அன்னாசி மரங்கள் நின்றன. நாஞ்சில் நாட்டில் புருத்தி சக்கா அழைக்கப்பட்ட அந்தப் பழத்தின் அருமை தெரியாது. காய்கள், பழங்களை வெட்டி சாலை ஓரத்தில் - போடுவார்கள். ஆற்றங்கரை மரங்களிலிருந்து தானாகப் பழங்கள் ஆற்றில் வீழும், அது தின்பதற்கு அல்லாதது என்று மனதில் உறைந்த காலம். ஊர் பெரியவர்கள் அந்தப் பழங்களை ஆற்றிலிருந்து எடுத்து மாடுகளுக்குப் போடுவார்கள்.

அன்று நான் குளித்த ஆற்றில் நீரில் மூழ்கி கண்ணை விழித்துப் பார்க்கலாம்; அடிமணல் பாலாய் தெரியும்; மீன்கள் தெரியும் இன்று நினைத்துப் பார்க்க முடியவில்லை. கற்பனை செய்ய முடியவில்லை. இந்த ஆறு இப்படி ஆனதற்கு, ஆற்று மணலை கேரளத்துக் கடத்தும் புண்ணியவான்கள் காரணமா? ஆற்றில் சாக்கடையை விடும் அரசு நிர்வாகம் காரணமா? குப்பைகளைப் போடுவதில் கூச்சமில்லாத ஜனங்கள் காரணமா? எல்லாம்தான்.

மூன்று பதிவுகள்

பழையாறு இருபதாம் நூற்றாண்டு ஆரம்பத்தில் தூய்மையாய் இருந்ததற்கு மூன்று பழைய பதிவுகளைக் கூற முடியும்.

கேரளத்தில் வைக்கம் கோவிலில் ஆலயப் பிரவேசப் போராட்டம் நடந்த காலம் (1925 - 30) பழையாற்றின் கரையில் உள்ள சுசீந்திரம் கோவிலிலும் போராட்டம் நடந்தது. அப்போது மழையில்லாத பங்குனி மாதத்தில் பழையாற்று மணல் வெளியில் பெரியார் பேசினாராம். அந்த நினைவுகளைப் பட்டேல் சுந்தரம் பிள்ளை எழுதியிருக்கிறார்.

“---- பழையாற்று வெளியில் கூட்டம் போடலாம் என்று முடிவு செய்ததற்கே அதன் சுத்தம் கருதிதான். பொடி பச்சரிசி குருணை மாதிரி பரந்து கிடந்த ஆற்று மணல் வெளியில் கூடினோம். ஆற்றின்

வடக்கு பகுதியில் மட்டும் தெளிந்த நீரோடையாய் தண்ணீர் ஓடியது. சத்தியாகிரகிகள் குறைவாகத்தான் வந்திருந்தனர். சிலர் மாடு தண்ணீர் குடிப்பதைப்போல் குனிந்து ஆற்றுநீரைக் குடித்தார்கள்----" என்கிறார்.

பழையாற்றின் தூய்மைக்கு இன்னொரு பதிவு 1930ல் வெளியான பிள்ளையைக் கொன்ற பாட்டு என்னும் கொலைச்சிந்து. இது 12 வயதுச் சிறுமியை நகைக்காகக் கொலை செய்த நிகழ்ச்சி பற்றியது, கொலைகாரர்கள் சிறுமியின் உடலை மறைக்க இடம் தேடுகிறார்கள். பழையாற்றில் போட வருகிறார்கள்.

பழையாற்றின் நீரைப் பருகிவிட்டு சுற்றுமுற்றும் பார்க்கிறார்கள் கொலைகாரர்கள். பார்க்கும் இடமெல்லாம் பளிங்காக ஓடும் அந்த ஆற்றிலே போடத் தயங்குகிறார்கள். அவர்களுக்கு அங்கே போட மனம் இல்லை. பின் அந்த ஊர் திருவாவடுதுறை மடம் அருகே சப்பாத்துக்கள்ளி புதரில் போடுகின்றனர். கொலைகாரர்களுக்குக் கூட ஆற்றைப் பாழாக்கக் கூடாது என்ற மனம் இருந்த காலம் அது.

தேங்காய் பாலுபோல ஓடுதுபார் தண்ணீரு
போட்டாலே தெரிந்துவிடும் - அக்கரைகாரனுக்கு
பச்சைக்கிளியை இங்கே போட வேண்டாம்

என்று சொல்லி அவர்கள் திரும்பினார்கள் என்கிறார் சிந்துக் கவிஞன்.

இன்னொரு பதிவு, "அப்புக் குட்டனை ஆனை கொண்ண கதா" என்ற சிந்துப்பாடல். இது 40க்களின் ஆரம்ப நிகழ்வு. சுசீந்திரம் கோவில் தேர்த்திருவிழாவில் யானைக்கு மதம் பிடித்ததும் பழையாற்றில் இறங்கிவிட்டது. அப்போது ஆற்றில் முட்டளவு தண்ணீர் ஓடியது. சிந்துப்பாடல் இந்த நிகழ்வை

பழையாற்று மணல்வெளியில்
 ஓடுது பாரு மதயானை
தூசுமில்லை தும்புமில்லை - ஜனங்கள்
 தொலைத்த தெல்லாம் ஏதுமில்லை
கலங்காத ஓடையிலே - யானை
 கால்கடுக்க நிற்குதுபார்

எனச் சிந்து கூறுகிறது.

அழுகிய பிணமாய்...

இப்போதும் பழையாறு சுருளக்கோடு தாண்டுவதற்கு முன்பு ஓரளவு நன்றாகத்தான் இருக்கிறது. அரும நல்லூரிலிருந்து தன் பொலிவை கொஞ்சம் கொஞ்சமாக இழந்து பூதப்பாண்டியில் வரும்போது அரை உயிராகி விடுகிறாள். நாகர்கோவில் ஒழுகினசேரி

சுடுகாட்டுக்கு அருகே வரும்போது பிணமாகி சுசீந்திரத்தில் நாற்றமடித்த அழகிய பிணமாகி மணக்குடிக் கடலில் ஊதிப்பெருத்து கலந்துவிடுகிறாள்.

நாகர்கோவிலின் வடக்கே ஓடும் பழையாறு நூறு விழுக்காடு சாக்கடையாகி விட்டது. செத்த பூனைக்குட்டியிலிருந்து டன்லெப் மெத்தை வரை தூக்கி எறிய வேண்டிய இடம் பழையாறு என்பதை மெத்தப் படித்தவர்கள் அறிந்து கொண்டார்கள்.

இந்தக் கட்டுரை எழுத வேண்டி பழையாற்றின் பல பகுதிகளுக்குச் சென்றேன்.

சுசீந்திரம், துவாரகை கோவிலின் அருகே படிக்கட்டில் இறங்கி பழையாற்றைப் பார்த்தேன். யாரோ வீட்டைக் காலி செய்து ஆற்றில் போட்டிருக்கிறார்கள் என்றார் அங்கே நின்ற ஒருவர். சாயிபாபா, ஷீரடி பாபாவின் உடைந்த படங்கள், தலையணை, கிழிந்த சர்ட், பேன்ட், இப்படிப் பல பொருட்கள் பஞ்சாயத்து அலுவலகம் அருகில் தான் இருக்கிறது என்றார் அங்கே நின்ற ஒருவர்.

திமுறத்தான் செய்வாள்

கடந்த ஐந்து ஆண்டுகளில் இரண்டுமுறை பெய்த மழையால் பழையாறு பெருக்கெடுத்து சுசீந்திரம் ஊரில் நுழைந்திருக்கிறது. குடியிருப்புகளை அழித்திருக்கிறது. சுசீந்திரம் கோவில் தேரைக்கூட சங்கிலி போட்டு கட்டினார்கள். எனக்கு மூதாட்டி பார்வதி "இவள் (பழையாறு) அம்மா அல்லே; அவளிடம் பாலைக் குடிக்கலாம் ரத்தத்தை உறிஞ்சினால் திமிறத்தான் செய்வாள்" என்று சொன்னது நினைவுக்கு வந்தது.

என் மூத்த அண்ணன் 37 வயதில் காசநோயால் மருத்துவ விடுதியில் இருந்தபோது இரவு கொஞ்சம் கொஞ்சமாய் செத்துப் போவதை துக்கத்தோடு பார்த்துக்கொண்டிருந்தேன். அந்தத் துக்கத்தை இந்தக் கட்டுரை எழுத இருசக்கர வாகனத்தில் பழையாற்றின் கரை வழியே பயணித்த போது மீண்டும் உணர்ந்தேன். இந்த ஆற்றின் மீது இப்படி என்ன வஞ்சம்?

நதி என்பதற்கு ஆறு என்பது மட்டுமல்ல, வணக்கம் என்ற பொருளும் உண்டு என தமிழ் லெக்சிகன் கூறும். வையாபுரிப்பிள்ளை, கம்பராமாயணம் அதிகாயன் படலத்தில் வரும் ஒரு பாடலில் உள்ள 'நதி' என்ற சொல்லுக்கு வணக்கம் என்றும் பொருள் கொள்ளு கிறார்கள் என்கிறார். ஆறு வணங்குவதற்கு மட்டுமா?

இந்து தமிழ்: தீபாவளி மலர், 2019

•••